दुसरे जागतिक महायुद्ध

दुसऱ्या जागतिक महायुद्धाचा
संक्षिप्त इतिहास १९३९-१९४५

स. शं. देसाई

मेहता पब्लिशिंग हाऊस

Please contact us at **Mehta Publishing House,** Pune 411030.
✆ +91 020-24476924 / 24460313 / Mob. No. 9545000513
Email : production@mehtapublishinghouse.com
Website : www.mehtapublishinghouse.com

- *या पुस्तकातील लेखकाची मते, घटना, वर्णने ही त्या लेखकाची असून त्याच्याशी प्रकाशक सहमत असतीलच असे नाही.*

DUSARE JAGTIK MAHAYUDDHA by S. S. DESAI

दुसरे जागतिक महायुद्ध : स. शं. देसाई / इतिहासपर

Email : author@mehtapublishinghouse.com

प्रकाशक : सुनील अनिल मेहता, मेहता पब्लिशिंग हाऊस,
१९४१, सदाशिव पेठ, माडीवाले कॉलनी, पुणे – ४११०३०.

मुद्रक : ट्रिनिटी अ‍ॅकॅडमी फॉर कॉर्पोरेट ट्रेनिंग लिमिटेड

मुखपृष्ठ व
आतील चित्रे : सतीश भावसार

प्रकाशनकाल : १९६२ / पुनर्मुद्रण : ऑगस्ट, २०२१

किंमत : ₹ २००

P Book ISBN 9789391151911
E Book ISBN 9789391151997
E Books available on : amazonkindle Apple Books Google Play Books

---

मुंबई फोर्टमधील
'इंटरनॅशनल बुक हाउस'
या पुस्तकालयाचे एक संयुक्त संचालक
श्री. श्रीपाद गुणाजी देसाई
यांस–

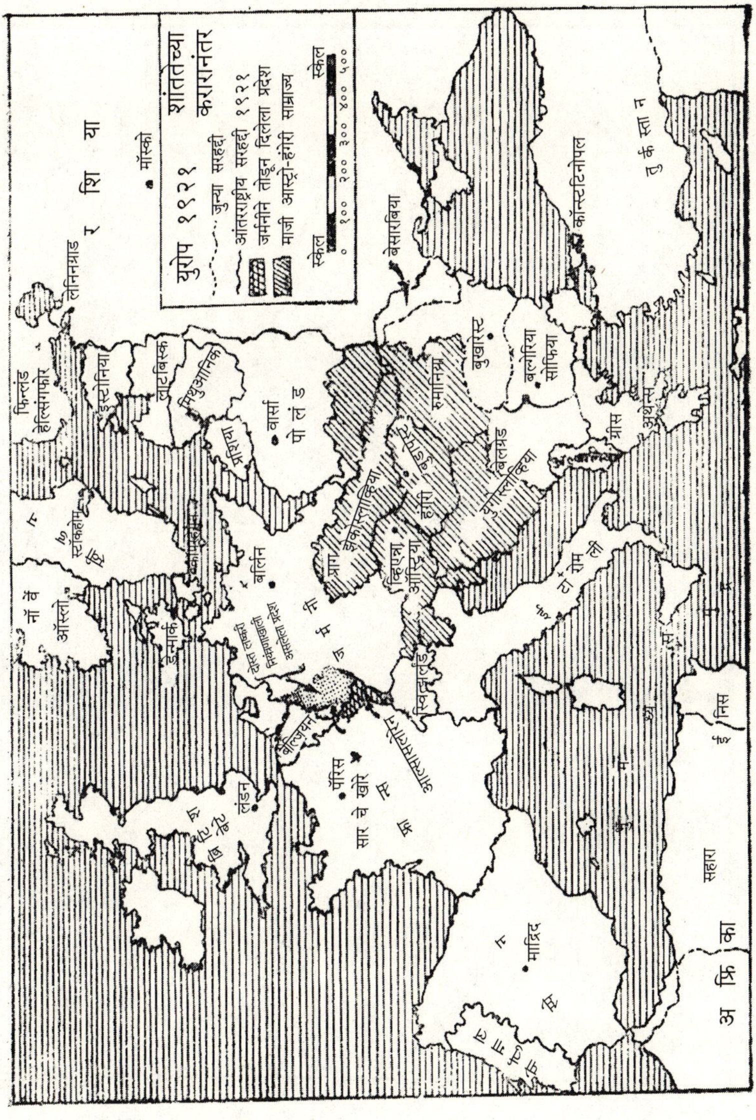
युरोप १९२१ शांततेच्या करारानंतर
जुन्या सरहद्दी
आंतरराष्ट्रीय सरहद्दी १९२१
जर्मनीने तोडून दिलेला प्रदेश
माजी आस्ट्रो-हंगेरी साम्राज्य
स्केल
मॉस्को
लेनिनग्राड
बर्लिन
पॅरिस
लंडन
माद्रिद
बुखारेस्ट
कॉन्स्टँटिनोपल
बेसारबिया
सहारा

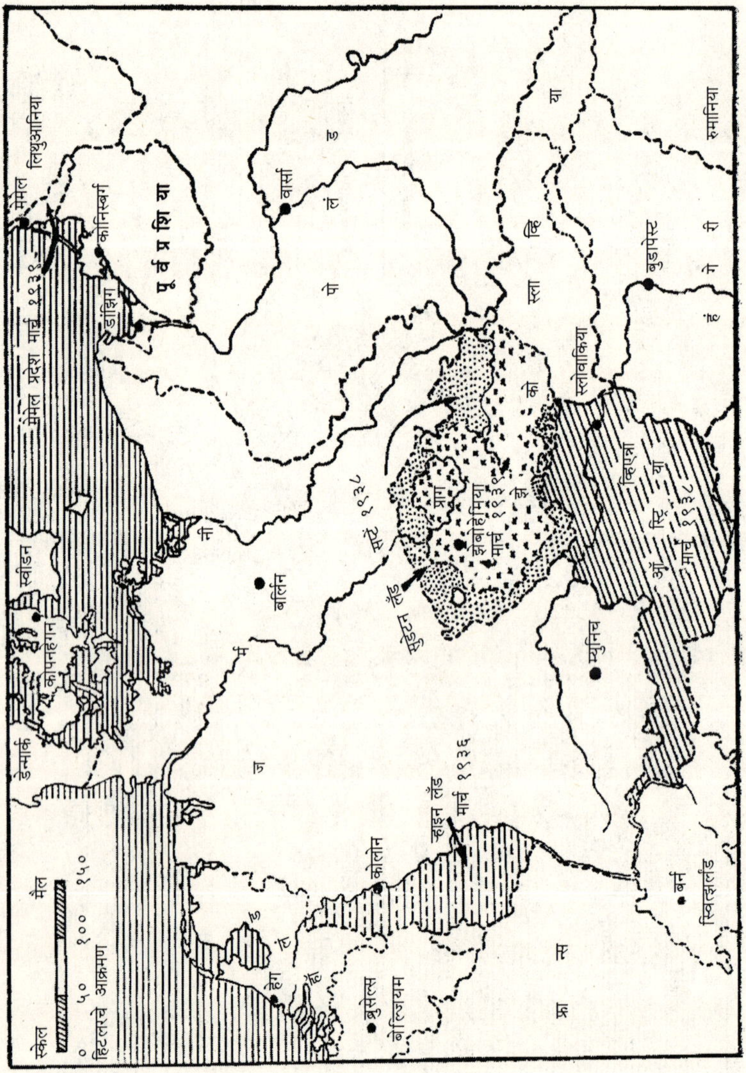

स्केल
० ५० १०० १५० मैल
हिटलरचे आक्रमण
डेन्मार्क
कोपनहेगन
स्वीडन
मेमेल प्रदेश मार्च १९३९
मेमेल
लिथुआनिया
कोनिग्सबर्ग
डान्झिग
पूर्व प्रशिया
वार्सा
पोलंड
जर्मनी
बर्लिन
हेग
ब्रुसेल्स
बेल्जियम
कोलोन
ऱ्हाइन लँड मार्च १९३६
फ्रान्स
बर्न
स्विझर्लंड
म्युनिच
सुडेटन लँड
सप्टें १९३८
प्राग
बोहेमिया मार्च १९३९
झेकोस्लोवाकिया
स्लोवाकिया
व्हिएन्ना
ऑस्ट्रिया मार्च १९३८
बुडापेस्ट
हंगेरी
रुमानिया

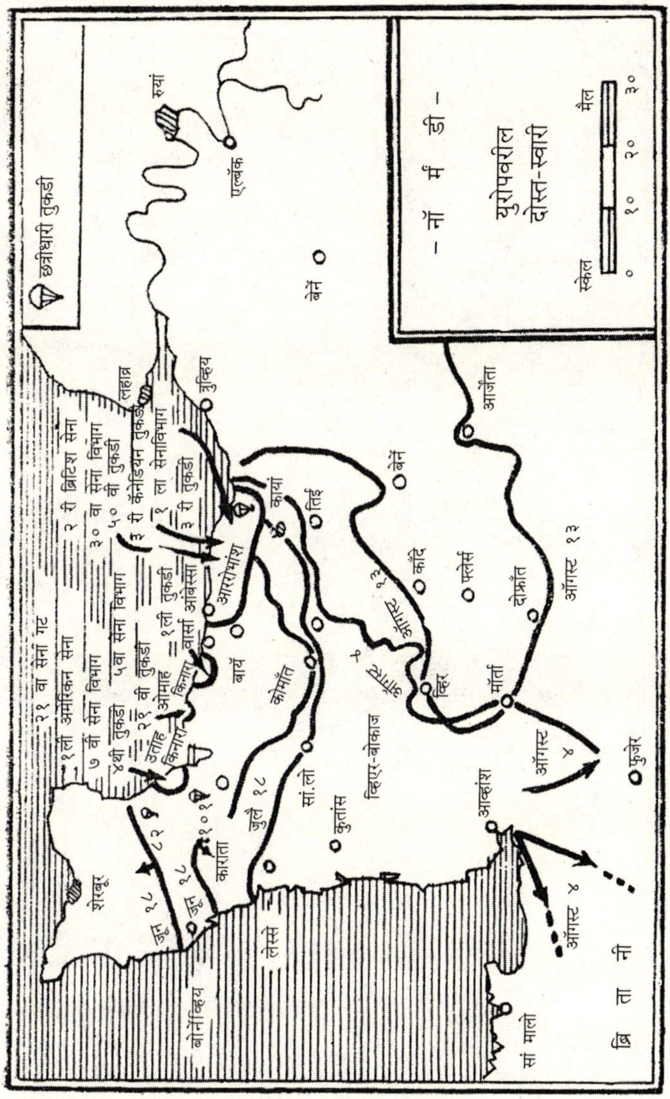
– नॉ र्मं डी –
युरोपवरील
दोस्त-स्वारी
स्केल
मैल
छत्रीधारी तुकडी
२१ वा सेना गट
१ली अमेरिकन सेना
२ री ब्रिटिश सेना
रुयां
एल्बेक
लहाव्र
त्रुव्हिल
कायां
आरोमांश
बायें
कोमॉंत
सां.लो
कुतांस
व्हिएर-बोकाज
शेरबूर
कारांता
लेस्से
बोर्नेव्हिल
सां मालो
आव्हांश
फुजेर
मॉर्तां
व्हिर
फ्लेर्स
दोम्फ्रॉंत
आर्जेंता
तिई
कोंदे
ब्रि टा नी

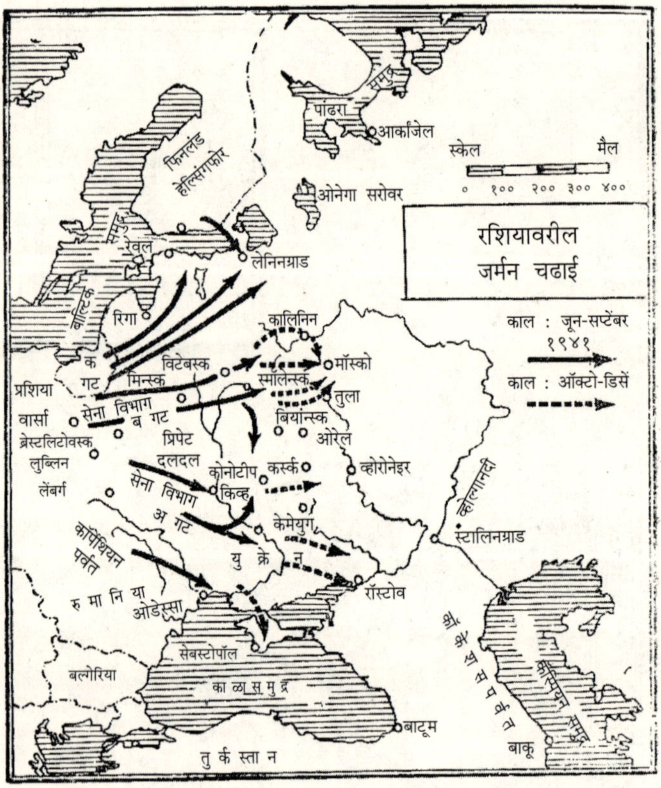
रशियावरील
जर्मन चढाई
स्केल
मैल
० १०० २०० ३०० ४००
काल : जून-सप्टेंबर
१९४१
काल : ऑक्टो-डिसें
पांढरा
आर्कांजेल
फिनलंड
हेल्सिंगफोर
ओनेगा सरोवर
रेवल
लेनिनग्राड
रिगा
बाल्टिक
कालिनिन
क
गट
प्रशिया
मिन्स्क
विटेबस्क
मॉस्को
स्मोलेन्स्क
तुला
सेना विभाग
ब गट
वार्सा
बियांन्स्क
ओरेल
ब्रेस्टलिटोवस्क
प्रिपेट
दलदल
लुब्लिन
लेंबर्ग
कोनोटोप
कर्स्क
व्होरोनेझर
सेना विभाग
किव्ह
अ गट
केमेयुग
कार्पेथियन
पर्वत
युक्रेन
स्टालिनग्राड
रॉस्टोव
रु मा नि या
ओडेस्सा
सेबस्टोपॉल
बल्गेरिया
काळा समुद्र
बाटूम
तु र्क स्ता न
बाकू

अनुक्रमणिका

१.

हिटलरचा उदय

पहिल्या महायुद्धाच्या पराभवाने जर्मन राष्ट्र रसातळास गेले. वीस लक्ष जर्मन सैनिक त्या युद्धात ठार झाले. राजघराणे गेले, साम्राज्य गेले, वसाहती गेल्या. आरमार गेले, लष्करी शिक्षण गेले. ऱ्हाईनलँड गेला, आल्सास लोरेन गेला. आणि अगणित युद्धखंडणी जर्मन देशाच्या माथी बसली. त्या खंडणीच्या भाराने जर्मनीची मान इतकी वाकली की, खंडणी नंतर कमी झाली, तरी जर्मनीला ती वाकलेली मान नीट वर करताच आली नाही. युद्ध-खंडणीमुळेच जर्मनीवर १९२३मध्ये मार्कच्या अवमूल्यनाचे गंडांतर आले आणि लक्षावधी लोकांना त्याची झळ

पोहोचली. छे, छे! अशी मानहानी जर्मनीची पूर्वी कधीच झाली नसेल!

ज्या राष्ट्राने जगातील बलाढ्य सत्तांना सतत चार वर्षं सळो की पळो करून सोडले, त्या पराक्रमी जर्मन राष्ट्राला दोस्तांनी मानाने वागविणे आवश्यक होते. त्याचा तेजोभंग करून त्यांनी काहीच साधले नाही; उलट त्या अपमानाने जर्मन युवक दुखावला गेला. आणि त्याच्या मनात सुडाचे स्फुलिंग पेटत राहिले.

दोस्तांच्या खुशामतीसाठी जर्मन नेत्यांनी कैसरला राजसंन्यास घ्यावयास भाग पाडले. इतकेच नव्हे तर जर्मनीचा तो शेवटचा सम्राट देशत्याग करून हॉलंडसारख्या छोट्या देशात अज्ञातावस्थेत राहिला. दोस्तांनी जर्मनीवर लोकशाही लादली; लोकशाही ही काय चीज आहे ते माहीत नसलेल्या जर्मन लोकांना ती मानवली नाही. एका बाजूने दोस्तांनी लोकशाहीचे रोपटे लावले आणि दुसऱ्या बाजूने त्याचे पाणी तोडले. जर्मनीत लोकशाहीची तत्त्वे खोलवर रुजायला हवी होती, म्हणून त्या देशावरील मानहानीचा तह त्यांनी मागे घ्यायला हवा होता; पण त्यांनी तसे केले नाही. ते जर्मनीची १९३२पर्यंत एकसारखी पिळवणूक करीत राहिले. त्यामुळे जर्मनीमध्ये असंतोषाचा आणि सुडाचा वडवानळ धुमसत राहिला. भविष्यकाळ नसलेला जर्मन युवक हताश आणि बेफिकीर बनला. लोकशाहीवर त्याचा विश्वास नव्हता; कारण ज्या दोस्तांनी त्यांच्या देशावर लोकशाही लादली, त्या दोस्तांनी त्यांचा समर्थ आणि समृद्ध देश दुबळा करण्याचा प्रयत्न चालविला होता. त्याचे खच्चीकरण त्यांनी सुरू केले होते. त्यांच्या मनात सतत सुडाचे विचार चालू होते.

अशाच परिस्थितीत म्युनिच शहरात जर्मन कामगार पक्षाची स्थापना झाली. प्रचलित सरकार पसंत नसलेल्या, काही असंतुष्ट लोकांनी त्या संघटनेची उभारणी केली होती. त्या पक्षाला सेवामुक्त सैनिक, जिवावर उदार झालेले काही धाडसी तरुण, अद्भुतरम्यवादी आणि राजकीय कारस्थानांना चटावलेले लोक मोठ्या प्रमाणात येऊन मिळाले.

या लोकांमध्ये ऑस्ट्रियन शाही फौजांतील हिटलर नावाचा एक माजी नाईक (Corporal) होता. १९२०च्या मार्च महिन्यात याच संस्थेला 'नॅशनल सोशालिस्ट जर्मन वर्कर्स पार्टी' हे नवीन नाव देण्यात आले. ही राजकीय संघटना ज्यूविरोधी, कम्युनिस्टविरोधी आणि लोकशाहीविरोधी होती. प्रख्यात जर्मन तत्त्वज्ञ 'नीत्शे' याच्या 'महामानव'

तत्त्वज्ञानावर या संस्थेची उभारणी झाली होती.

संस्था राष्ट्रवादी असल्याने जर्मनीचे जे जे पुरातन होते, ते ते त्या संस्थेच्या सदस्यांना पूज्य वाटत होते. ख्रिश्चन धर्म हा युरोपात नवीन होता, म्हणून राष्ट्रीय समाजवादी मजूर पक्षाला तो धर्म मान्य नव्हता. त्यांना जुन्या मूर्तिपूजक आर्य धर्माचे पुनरुज्जीवन करायचे होते. ते स्वत:ला आर्यधर्मी म्हणवून घेत व त्यांचे समारंभ आणि विधीदेखील जुन्या मूर्तिपूजक धर्मातील विधीसारखेच असत. त्यांच्या मते युरोपात जर्मन वंश हा इतर वंशांहून श्रेष्ठ होता, कनिष्ठवंशी लोकांवर राज्य करण्यासाठी जर्मन लोकांचा जन्म झाला होता. अल्पावधीतच या पक्षाने जर्मनीमध्ये आपले बस्तान बसविले. या पक्षाकडे जर्मन तरुण बहुसंख्येने आकृष्ट झाले; कारण त्या पक्षात नावीन्य होते. जर्मन लोक सर्व लोकांहून श्रेष्ठ आहेत, असे त्या पक्षाचे धुरीण सांगत होते. जर्मन तरुणांना तेच हवे होते.

दोस्तांनी जर्मनीवर दास्य लादले असले, तरी श्रेष्ठ वंशाचे जर्मन ते दास्य झुगारून दिल्याशिवाय कदापि राहणार नाहीत, हे जर्मन तरुणांच्या मनातून दोस्तांच्या निदर्शनास आणावयाचे होते आणि आश्चर्य हे की, पहिल्या महायुद्धातील महान आणि शूर सेनापती फिल्ड मार्शल लुडेन्डॉर्फ आपल्या पत्नीसह त्या पक्षाचे आश्रयदाते बनले.

वास्तविक, हिटलरसारख्या एका साध्या नाईकाला त्या संस्थेमध्ये उच्च पद मिळणे अशक्यप्राय होते; कारण त्याच्यापाशी वजनही नव्हते आणि श्रीमंतीही नव्हती; पण देवाने त्याला अमोघ अशी वाणी दिली होती. वक्तृत्वशक्ती! आणि त्याच शक्तीच्या बळावर अल्पावधीत १९२२मध्येच हिटलर 'नॅशनल सोशालिस्ट वर्कर्स पार्टी'चा मुख्य पुढारी बनला. आणि आपल्या पक्षाच्या बळाची चाचणी घेण्यासाठी हिटलरने जर्मनीमध्ये क्रांती घडवून आणण्याचा प्रयत्न केला; पण तो फसला. सरकारने हा उठाव मोडून काढला व नेत्यांना अटक करून कारावासाची शिक्षा दिली. हिटलरला पाच वर्षांच्या कारावासाची शिक्षा झाली. त्याला लॉइसबर्ग येथील तुरुंगात ठेवण्यात आले होते. तेथेच त्याने आपला चेला 'रुडॉल्फ हेस्स' याच्याकडून आपले 'माझा लढा' (Mein Kampf) हे पुस्तक लिहून घेतले. प्रस्तुत पुस्तक म्हणजे नाझी पक्षाची संहिता मानली जात होती.

नॅशनल सोशालिस्ट पक्षाचा लोकशाहीवर विश्वास नव्हता हे मागे आलेच आहे; पण क्रांतिमार्गे सत्ता हस्तगत करण्याचा प्रयत्न अयशस्वी झाल्याने त्या पक्षाने लोकशाहीच्या मार्गे ती सत्ता काबीज करण्यासाठी निवडणुकांमध्ये भाग घेण्यास प्रारंभ केला. १९२४च्या सार्वत्रिक निवडणुकांमध्ये त्यांना बावीस जागा मिळाल्या.

जर्मनीमध्ये जरी लोकशाहीची स्थापना झाली असली, तरी त्याला राष्ट्रसंघाचे सदस्यत्व मिळाले नव्हते. १९२६मध्ये त्याला त्या संघटनेचे सदस्यत्व प्राप्त झाले. १९३०मध्ये नाझींना एकशेसात जागा 'राइशस्टाग' (पार्लमेंट)मध्ये मिळाल्या. बत्तीस जागांवरून एकशेसात जागा जिंकणे हे फारच मोठे उड्डाण होते. लोकांना नाझी तत्त्वज्ञान पटत चालले असल्याचे त्यावरून सिद्ध होत होते. १९३२च्या अध्यक्षीय निवडणुकांत हिटलर आणि मार्शल हिन्डेनबुर्ग या दोघांत अत्यंत चुरशीचा सामना झाला. त्यात जरी हिटलरचा पराभव झाला असला, तरी त्याला मिळालेली एक कोटी पस्तीस लक्ष मते उपेक्षणीय नव्हती. हिन्डेनबर्गना एक कोटी ब्याण्णव लक्ष पन्नास हजार मते मिळाली. त्यावरून नाझी पक्ष सत्ता हस्तगत करण्याच्या दिशेने झपाट्याने पाऊल टाकीत असल्याचे राजकीय निरीक्षकांच्या निदर्शनास आले. १९२४मध्ये नाझी पक्षाचे अवघे दोन लक्ष सभासद होते. तेच १९३३मध्ये ते नऊ लक्ष झाले.

नाझींचा जोर प्रशियामध्ये अधिक होता. 'सोशल डिमॉक्रॅट्स' अथवा 'लोकशाही समाजवादी पक्ष' हा जर्मनीतील त्या वेळी सर्वांत मोठा पक्ष होता. जर्मनीची सत्ताही त्याच पक्षाच्या हातात होती. 'राइशस्टाग'मध्ये त्यांचे एकशेत्रेचाळीस सदस्य होते. त्या पक्षाची इच्छा असती तर हिटलर आणि त्याचे बगलबच्चे यांना तो चिरडून टाकू शकला असता. नाझींच्या वाढत्या बलाचा धोका त्या पक्षाच्या सदस्यांना स्पष्ट दिसत होता; पण त्यांनी नाझींविरुद्ध कोणतीच हालचाल केली नाही. त्या वेळी ब्रुनिंग हा जर्मनीचा चान्सेलर (पंतप्रधान) होता.

१९३२च्या जूनमध्ये ब्रुनिंगच्या जागी फ्रान्झ व्हॉन पापेन हा चान्सेलर झाला. त्याला कॉंझर्व्हेटिव्ह, जमीनदार, भांडवलवाले, बडे लष्करी अधिकारी आणि राजकारणात लुडबुडणारे उपटसुंभ यांचा पाठिंबा होता. नाझींनी आता लोकशाहीच्या सदनशीर मार्गाबरोबरच सत्ता हस्तगत करण्यासाठी धाकदपटशा आणि अराजकाचा अवलंब

करण्यास सुरुवात केली होती; पण पापेनने त्यांच्याविरुद्ध कोणताच इलाज केला नाही. त्या वर्षीच्या जुलैमधील निवडणुकांत नाझींनी राइशस्टागच्या दोनशे तीस जागा जिंकल्या. पापेनला पाठिंबा देणाऱ्या पक्षांना अगदीच अल्प जागा मिळाल्या; पण नाझींनी त्याला पाठिंबा दिल्याने तो अधिकारावर राहिला.

परंतु अशी परिस्थिती फार काळ टिकणे शक्य नव्हते. म्हणून त्याच वर्षाच्या नोव्हेंबर महिन्यात फेरनिवडणुका घेण्यात आल्या. या वेळी नाझींनी वीस लक्ष मते आणि बत्तीस जागा गमावल्या. दुसऱ्या महिन्यांत व्हॉन श्लेश्चर हा पापेनच्या जागी चान्सेलर म्हणून आला; पण पापेनला अधिकाराची चटक लागली होती. त्याने अध्यक्ष हिन्डनबुर्ग यांचे कान फुंकून हिटलरला अधिकारावर आणले. नवीन निवडणुकांतदेखील कुठल्याच पक्षाला मताधिक्य प्राप्त झाले नव्हते. त्यामुळे राजकीय परिस्थिती पूर्वीसारखीच अस्थिर होती.

पापेनने म्हाताऱ्या हिन्डेनबुर्गला असा सल्ला दिला की, नाझींचे आणि आपल्या पक्षाचे संयुक्त मंत्रिमंडळ अधिकारावर आल्यास राजकीय अस्थिरता नाहीशी होईल. हिन्डेनबुर्गना ते खरे वाटले व त्यांनी चान्सेलर म्हणून हिटलरला मंत्रिमंडळ बनविण्यास पाचारण केले. हिटलरने चान्सेलर व्हावे आणि आपण व्हाइस चान्सेलर व्हावे असे कारस्थानी पापेनने अगोदरच ठरविले होते व त्या अटीवरच तो हिटलरला अधिकारपदावर आणण्यास तयार झाला होता. हिटलरने पापेनची अट मान्य केली होती; कारण त्याला अधिकारावर यायचे होते. एकदा अधिकारावर आल्यावर पुढचे पाऊल कसे टाकायचे ते त्याने मनात ठरवून टाकले होते.

पापेनची अशी समजूत होती की, हिटलर हा जरी नाझी पक्षाचा नेता असला, तरी तो अननुभवी असल्याने त्याला राज्यकारभार आपल्याच सल्ल्यानुसार हाकावा लागेल. हिटलर जरी चान्सेलर असला तरी सत्ताधारी आपणच होऊ. पापेनने आपल्या पक्षाच्या पुढाऱ्यांचीदेखील तशीच समजूत करून दिली होती व संयुक्त मंत्रिमंडळाला त्यांची संमती मिळविली होती; पण पापेनचा लगेच भ्रमनिरास झाला. हिटलर पक्का वस्ताद निघाला. एकदा अधिकारावर आल्यावर हिटलरने पापेनच्या सल्ल्यानुसार न वागता त्यालाच आपल्या अंकित केले.

१९३३च्या मार्च महिन्यात नवीन निवडणुका जाहीर करण्यात आल्या. नाझींना सत्ता टिकवायची होती म्हणून त्यांनी राईशस्टागच्या इमारतीस आग लावून दिली व त्याचा आळ कम्युनिस्टांवर घातला. त्यांना निवडणूक प्रचारासाठी खाद्य हवे होते. राईशस्टागच्या इमारतीच्या आगीचे खाद्य त्यांना भरपूर मिळाले. तरीही त्यांना ४४ टक्के मते मिळाली; पण ती मते त्यांना सत्ता टिकविण्यास पुरेशी झाली. त्यांनी नवीन पार्लमेंटमध्ये आपल्या पक्षाला सतत चार वर्षांपर्यंत राज्यकारभार हाकण्याचा अविरोध अधिकार मिळावा असा कायदा पास करून घेतला. तो अधिकार प्राप्त झाल्यावर नाझी जर्मनीचे संपूर्ण सत्ताधारी बनले. ती सत्ता अर्थातच त्यांनी एकदम न मिळविता टप्प्याटप्प्यांनी मिळविली. त्यांनी विरोधी पक्ष बरखास्त केले व राज्यकारभारात मोक्याच्या जागी आपली माणसे घुसडली. १९३३च्या ऑक्टोबर महिन्यात राष्ट्रसंघातून बाहेर पडल्याची हिटलरने घोषणा केली. नोव्हेंबर महिन्यात जर्मन जनतेला आपले धोरण मान्य आहे की नाही त्याची चाचणी घेण्यासाठी त्याने सार्वमत घेतले. ९६.३ टक्के मतांनी जनतेने त्याच्या धोरणाला पाठिंबा दिला.

१९३४मध्ये हिन्डेनबुर्ग वृद्धापकाळामुळे मरण पावले. त्यांचे वय ऐंशीच्या पुढे होते. हिटलरने नवीन अध्यक्षीय निवडणुका घेण्यास नकार दिला व जर्मनीचा अध्यक्ष आणि पंतप्रधान (फ्युरर आणि राइशचान्सेलर) असे दोन्हीही अधिकार स्वतःच बळकावले.

इकडे जर्मनीमध्ये नाझी सत्ता काबीज करण्यात गुंतले होते, तेव्हा ऑस्ट्रियामध्येही तिथले नाझी तेच काम करीत होते. सुरुवातीला जर्मन नाझींनी ज्याप्रमाणे क्रांतीचा अयशस्वी प्रयत्न केला, तसाच प्रयत्न ऑस्ट्रियन नाझींनीही केला; पण सरकारने तो हाणून पाडला. १९३४मध्ये त्यांनी चान्सेलर डॉल्फसचा खून करून बंडाळी सुरू केली. सरकारने लगेच लष्करी कायदा पुकारून नाझींचा बंदोबस्त केला. नाझींनी पुन्हा एकदा उठाव केला आणि पुन्हा एकदा त्यांना तुरुंगाची हवा दाखविण्यात आली. आता मुसोलिनी पुढे सरसावला व त्याने ब्रेनर खिंडीत सैन्य आणून ठेवून ऑस्ट्रियाच्या रक्षणार्थ इटालियन सैन्य धावून येईल, अशी घोषणा केली. त्या घोषणेमुळे ऑस्ट्रियन नाझींच्या महत्त्वाकांक्षेला आळा बसला.

१९३६मध्ये हिटलरने ऱ्हाईनलँडच्या बिगरलष्करी टापूत सैन्य घुसविले. १९१८नंतरच्या तहाच्या करारात फ्रान्स आणि जर्मनी या दोन्ही राष्ट्रांमध्ये तो तटस्थ प्रदेश निर्माण करण्यात आला होता. हिटरलरला विरोध करण्यास कोणीच पुढे सरसावले नाही.

हिटलरचा तो मोठाच विजय होता! पण त्याचबरोबर हिटलर एक मोठा जुगार खेळला होता. ज्या 'लोकार्नो'च्या करारान्वये तो पट्टा निर्माण करण्यात आला होता, त्या करारातील फ्रान्स आणि इंग्लंड या दोन्ही राष्ट्रांनी जर्मनीचा प्रतिकार केला असता तर हिटलर पालापाचोळ्यासारखा उडत गेला असता; पण लोकशाहीच्या तत्त्वानुसार चालणारी राष्ट्रे एकदम एखादा निर्णय घेऊ शकत नाहीत. जर्मनीची लष्करी तयारी विशेष नसतानाही त्या दोन्ही राष्ट्रांनी जर्मन सैनिकांना ऱ्हाईनलँडमध्ये खुशाल घुसू दिले.

हिटलरने आता जर्मनीच्या पश्चिम सरहद्दीची बलाढ्य तटबंदी उभारण्यास सुरुवात केली. तिला त्याने 'सिगफ्रिड लाईन' हे नाव दिले. त्या फळीची ढाल पुढे करून त्याला युरोपात आणखी आक्रमणे करायची होती. त्या फळीमुळे फ्रान्स त्याच्या मध्य युरोपातील दोस्तांपासून अलग पडला. आता त्या छोट्या देशांना जर्मनीच्या मर्जीवर अवलंबून राहावे लागले; कारण त्या राष्ट्रांना फ्रान्स पूर्वीप्रमाणे थेट मदत करू शकत नव्हता.

हिटलर आता जर्मनीमध्ये चांगलाच लोकप्रिय होऊ लागला. जर्मन जनतेची नाडी त्याने अचूक हेरली होती. जर्मन लोकांना जे काय हवे होते ते ते तो करीत होता. जर्मनीचा पूर्वीचा दरारा त्याने पुन्हा प्रस्थापित केला होता. त्याच्या टीकाकारांना आता तोंड उघडण्यास जागा नव्हती; पण त्याची ती धाडसे त्याला पेलणारी होती की काय हे मात्र कोणीच सांगू शकत नव्हता!

१९३६च्या नोव्हेंबरात जर्मनी व जपान या दोघांत 'कमिंटर्न'विरोधी करार झाला. एक महिन्यानंतर 'रोम-बर्लिन ॲक्सिस' करार झाला. या दोन्ही करारांनी ती तिन्ही राष्ट्रे एकमेकांना मदत करण्यास बद्धपरिकर झाली. इटलीने त्यानंतर अबिसिनियावर स्वारी करून तो देश पादाक्रांत केला. त्या स्वारीमुळे ऑस्ट्रिया घशात घालण्याचा हिटलरचा मार्ग मोकळा झाला.

ता. १२ मार्च, १९३८ रोजी जर्मन फौजा ऑस्ट्रियात घुसल्या व

तो देश हिटलरने जर्मनीस जोडला. नंतर हिटलर ऑस्ट्रियात 'बानाउला' या आपल्या जन्मगावी गेला व आपल्या मातापित्यांच्या थडग्याचे त्याने दर्शन घेतले. एका झपाट्यात त्याने सत्तर लक्ष लोकांचा देश गिळंकृत केला.

म्युनिच करार

प्रिन्स बिस्मार्क म्हणत असे की, ज्यांच्या हातात बोहेमिया आहे तो युरोपचा स्वामी आहे. बोहेमिया झेकोस्लोव्हाकियात असल्याने त्या देशाला मध्य युरोपात मोठे महत्त्व होते. १९३८मध्ये पहिल्या दर्जाचे सुसज्ज लष्कर असलेला बलाढ्य असा तो एक छोटा देश होता. त्याची लोकसंख्या दीड कोटी असल्याने तो मोठे लष्कर बाळगू शकत असे. त्याच्या 'स्कोडा' या शस्त्रास्त्रांच्या आणि दारूगोळ्याच्या कारखान्यात विविध प्रकारची शस्त्रे आणि दारूगोळा तयार होत असे. त्या देशाला बोहेमियाच्या डोंगरांचे नैसर्गिक संरक्षण तर होतेच; पण त्याचबरोबर त्या डोंगरांमध्ये त्याने फ्रान्सच्या 'माजिनो' लाईनसारखी एक बलाढ्य तटबंदी उभारली होती. त्या तटबंदीवर पस्तीस सुसज्ज लष्करी तुकड्या त्या देशाचे रक्षण करीत असत.

असा हा बलाढ्य आणि संपन्न देश हिटलरच्या महत्त्वाकांक्षी नजरेत सलला असल्यास आश्चर्य वाटण्याचे कारण नाही. त्या देशाचा काटा कसा काढावा हा दुष्ट विचार हिटलरच्या डोक्यात सारखा घोळू लागला आणि त्या देशाच्या दुर्दैवाने त्याचा काटा काढण्याचे एक कारण हिटलरला मिळाले. हा देश १९१८ मध्ये झेक आणि स्लाव या दोन वंशांच्या लोकांचा मिळून बनविण्यात आला होता; पण त्यात काही जर्मन आणि काही हंगेरियन प्रदेश समाविष्ट करण्यात आले होते. हिटलरचा उदय होईपर्यंत त्या देशातील अल्पसंख्य जर्मनांनी कोणतीच हालचाल केली नाही; पण हिटलरने 'सर्व जर्मन लोकांनी एक झाले पाहिजे' ही आरोळी ठोकताच झेकोस्लोव्हाकियातील जर्मनांनी हालचाल करण्यास सुरुवात केली.

झेकोस्लोव्हाकियाच्या सुडेटन जर्मनीमध्येही ऑस्ट्रियाप्रमाणे हिटलरचे काही हस्तक होते. हेन्लिन त्यांचा प्रमुख होता. त्या हस्तकांकरवी हिटलरने तिथल्या जर्मन लोकांमध्ये झेकोस्लोव्हाकियाविरोधी आंदोलन

सुरू केले. १९३५मध्ये झालेल्या निवडणुकांत हेन्लिनच्या पक्षाने बऱ्याच जागा काबीज केल्या होत्या. तदनंतर त्याने एकदम सुडेटन प्रांताच्या स्वायत्ततेची मागणी केली व त्यासाठी बंडाळी सुरू केली. त्या बंडाळीचा बीमोड करण्यासाठी झेक सरकारने पार्लमेंटकडे जादा अधिकार मागितले. त्या मागणीमुळे प्रकरण दबण्याऐवजी अधिकच स्फोटक होत गेले. सुडेटन जर्मनांप्रमाणेच मग्यार, स्लोवाक आणि रूथेनियन असे आणखीही अल्पसंख्याक झेकोस्लोव्हाकियामध्ये होते. झेक सरकारने जर्मनांचा बंदोबस्त केला, तर उद्या आपलीही तीच गत होईल या भीतीने त्यांनी झेक सरकारच्या जादा अधिकार देण्याच्या बिलाला विरोध केला; कारण जर्मनांप्रमाणेच त्यांनाही झेकोस्लोव्हाकियामधून फुटून निघायचे होते.

या वेळी हिटलरला झेकोस्लोव्हाकियामध्ये सैन्य घुसविण्यास चांगली संधी चालून आली होती; पण त्यासाठी काळजीपूर्वक पावले टाकणे आवश्यक होते. झेकोस्लोव्हाकियाचा फ्रान्सशी १९२५मध्ये आणि रशियाशी १९३५मध्ये मैत्रीचा आणि परस्पर साहाय्याचा करार झाला होता. १९३८मध्ये झेकोस्लोव्हाकियावर हल्ला झाल्यास आपण त्याच्या साह्यास जाणार, असे फ्रान्स आणि रशिया या दोघांनीही जाहीर केले होते; पण त्या घोषणेनंतर एक आठवड्याने इंग्लंडचे पंतप्रधान मि. नेव्हिल चेंबरलेन यांनी कॉमन्स सभागृहात असे सांगितले की, झेकोस्लोव्हाकियावर जर्मन आक्रमण झाले असता, फ्रान्स जरी त्याच्या मदतीस गेला, तरी इंग्लंड फ्रान्सचा पाठपुरावा करीलच असे सांगता येत नाही. चेंबरलेनची ही घोषणा हिटलरच्या चांगलीच पथ्यावर पडली; कारण त्याला पक्के माहीत होते की, इंग्लंडच्या मदतीशिवाय फ्रान्स कोणतीच हालचाल करणार नाही आणि फ्रान्सने हालचाल केल्याशिवाय रशिया हालचाल करणार नाही.

१९३८मध्ये सुडेटन जर्मनांचा पुढारी हेन्लिन याने सुडेटन प्रांताच्या स्वायत्ततेची उघड मागणी केली. झेक अध्यक्ष बेनेश आणि पंतप्रधान होड्झा या दोघांनी ती मागणी फेटाळून लावली. तथापि, त्यांनी आपल्या अल्पसंख्याकांना बरेच अधिकार देण्याचे कबूल केले. जर्मनांनी बंडाळी सुरू केली; प्रकरण तापत गेले. हिटलर झेकोस्लोव्हाकियामध्ये सैन्य घुसविण्याची तयारी करू लागला. ते पाहून झेकोस्लोव्हाकियाने

सैन्य सुसज्ज करून ते सरहद्दीवर आणून ठेवले.

चेंबरलेनना आता युरोपचे कसे होणार याची काळजी वाटून त्यांनी रन्सिमन या नावाचा आपला दूत मध्यस्थीसाठी झेकोस्लोव्हाकियामध्ये पाठविला. रन्सिमनची मध्यस्थी यशस्वी होऊन झेक सरकार सुडेटन जर्मनांना स्वायत्तता देण्यास तयार झाले; पण आता हेन्लिनने ती देणगी फेटाळून लावली. पुन्हा पेचप्रसंग निर्माण झाला. हिटलरने झेकोस्लोव्हाकियाविरुद्ध गरळ ओकण्यास सुरुवात केली. त्यावरून असे वाटू लागले की, या वेळी झेकोस्लोव्हाकियावरील जर्मन स्वारी अटळ आहे.

परिस्थिती हाताबाहेर जात असलेली पाहून चेंबरलेन महाशयांनी मध्यस्थीसाठी स्वत:च पुढाकार घेतला. ता. १५ सप्टेंबरला हिटलरला भेटण्यासाठी ते विमानाने बर्चटेस गाडनला गेले. त्या वेळची एक गुप्त वार्ता अशी आहे की, चेंबरलेन महाशयांनी जर हिटलरच्या भेटीस जाण्याची घाई केली नसती, तर हिटलरला कदाचित तुरुंगात जावे लागले असते व नंतर दुसरे महायुद्ध उद्‌भवलेही नसते! हिटलरने झेकोस्लोव्हाकिया घेण्यासाठी युद्धाची तयारी सुरू केली, तेव्हा त्या मोहिमेला मोठ्या जर्मन सेनाधिकाऱ्यांचा विरोध होता; कारण झेकोस्लोव्हाकियाची लष्करी तयारी कल्पनेपेक्षा मोठी होती आणि जर्मन अधिकाऱ्यांना झेक बलाची कल्पना होती. शिवाय ते युद्ध झाल्यास त्यात इतर राष्ट्रे भाग घेतील आणि जर्मनीचा पराभव होईल अशी त्यांना भीती वाटत होती; कारण जर्मनीची तयारी अगदीच कमी होती.

जर्मन सेनाधिकाऱ्यांनी १९३९च्या सप्टेंबरमध्ये हिटलर, गोअरिंग आणि हिमलर या तिघांना अटक करून तुरुंगात डांबण्याचा कट केला होता व ब्रिटिश गुप्तहेर खात्यालादेखील त्या कटाचा इशारा मिळाला होता असे सांगतात; पण ती माहिती मिळूनदेखील चेंबरलेन महाशय हिटलरच्या भेटीस गेले व त्यांनी त्याच्याशी झेकोस्लोव्हाकियाच्या सौद्याच्या वाटाघाटी केल्या. चेंबरलेनच्या जर्मनीतील 'उड्डाणामुळे' हिटलरचे आसन स्थिर झाले. त्याच्या सेनाधिकाऱ्यांचा धीर खचला व त्यांनी त्याला अटक करण्याचा कट सोडून दिला.

चेंबरलेन यांना हिटलरने खणखणीत आवाजात सुनविले की, सुडेटन प्रांत जर्मनीला न मिळाल्यास जर्मनीचे समाधान होणे अशक्य

आहे. इतकेच नव्हे तर त्या प्रांतासाठी युद्ध करण्याचीही जर्मनीची तयारी आहे. हिटलरचा तो निश्चय पाहून शांततेच्या रक्षणाची जिम्मेदारी पत्करलेले चेंबरलेन महाशय पार गडबडून गेले. त्यांना खरोखरच वाटले की, ज्या अर्थी हिटलरने यापूर्वी आपल्या मनगटाच्या बळावर आपल्या बऱ्याच मागण्या पूर्ण करून घेतल्या आहेत, त्या अर्थी या वेळीदेखील तो सुडेटन प्रांत घेण्यासाठी युद्धाचा अवलंब केल्याशिवाय राहणार नाही.

चेंबरलेन इंग्लंडला परतले व दोस्तांनी फ्रेंच पंतप्रधान दालादिए यांच्याशी त्या प्रश्नावर खल केला. नंतर दोन्ही सरकारांनी एक योजना आखून ती झेक अध्यक्ष बेनेश यांना सादर केली. सुडेटन प्रांत हा मूळ जर्मनीचा म्हणून तो जर्मनीला परत द्यावा असा आग्रह दोन्ही सरकारांनी धरला. झेक सरकारने तो आग्रह अमान्य केला तर आपण काही त्याच्या मदतीला जाणार नाही, असेही इंग्लंड आणि फ्रान्स ही दोन्ही राष्ट्रे झेक सरकारला बजावण्यास विसरली नाहीत. आपल्या दोस्तांनी असा ऐन वेळी विश्वासघात केलेला पाहून झेक अध्यक्ष बेनेश आणि पंतप्रधान होड्झा या दोघांचा नाइलाज झाला.

रशिया त्यांच्या मदतीला धावून आला असता; पण तो दूर होता. त्या दोन्ही राष्ट्रांमध्ये पोलंड होते व हे राष्ट्र रशियन सैन्याला आपल्या भूमीवरून झेकोस्लोव्हाकियाच्या मदतीला जाऊ देण्यास तयार नव्हते. शेवटी झेकोस्लोव्हाकिया हताश होऊन सुडेटन प्रांताचे तुळशीपत्र हिटलरच्या हातावर ठेवण्यास तयार झाला. ता. २२ सप्टेंबरला चेंबरलेन पुन्हा हिटलरच्या भेटीस गेले. त्या दरम्यान पोलंडने झेकोस्लोव्हाकियाच्या 'टेचेन' जिल्ह्यावर आणि हंगेरीने रूथेनियावर दावा लावला. त्या वाहत्या गंगेत आपलाही हात धुऊन घेण्याचे या दोन्ही राष्ट्रांनी ठरविले; किंवा हिटलरने त्यांना तशी चिथावणी दिली असण्याचीही शक्यता आहे!

सुडेटन प्रांताचे सत्तांतर आस्ते आस्ते व्हावे अशी इंग्लंड व फ्रान्स या दोन्ही राष्ट्रांची योजना होती; पण हिटलरने मागील आश्वासनांना हरताळ फासून आता असे सांगितले की, सुडेटन प्रांताचे सत्तांतर एकदम आणि ताबडतोब झाले पाहिजे. ते ऐकताच चेंबरलेन चाटच पडले. ते हिटलरला म्हणाले, "तुमच्याकडून मी या भाषेची अपेक्षा

केली नव्हती.'' त्यावर हिटलर त्यांना म्हणाला, ''तुम्हीच फक्त असे एक सद्‌गृहस्थ आहात की, ज्यांना मी सवलती दिल्या आहेत. वास्तविक, अशा सवलती देण्याची माझी प्रथा नाही.'' ते उद्‌गार ऐकून गालफडात बसल्यासारखी चेंबरलेन महाशयांची स्थिती झाली असेल; पण हिटलरवर त्यांचा अजूनही विश्वास होता!

ता. २४ सप्टेंबरला झेक सरकारने आपले सेनापती जनरल सिरव्हॉइ यांना सैन्य सज्ज करण्याचा हुकूम दिला व हिटलरची मागणी फेटाळून लावली. त्याच दिवशी फ्रेंच सरकारनेही सहा लक्ष सैन्य तयार केले. हिटलरने बर्लिन शहरात भयंकर भाषण केले; पण शेवटी तो म्हणाला, ''युरोपातील प्रदेशाची ही माझी शेवटची मागणी आहे.'' ता. २८ सप्टेंबरला इंग्लंडने आपल्या आरमाराला सज्ज राहण्याचा हुकूम दिला; पण त्याच रात्री श्री. चेंबरलेन रेडिओवर केलेल्या भाषणात म्हणाले, ''आम्हाला ज्या देशातील लोकांविषयी काहीच माहिती नाही, अशा दूरच्या देशांसाठी आम्ही लढाईला सिद्ध व्हावे, गॅस मास्कची तयारी करावी, खंदक खणावे, ही खरोखर भयंकर, अद्‌भुत (fantastic) आणि कल्पनाही न करता येण्यासारखी गोष्ट आहे.''

नंतर चेंबरलेननी हिटलर आणि मुसोलिनी या दोघांना पत्रे लिहून इंग्लंड, फ्रान्स, जर्मनी आणि इटली या चौराष्ट्रांची एक बैठक भरवावी, अशी सूचना केली. फ्रेंच सरकारनेही त्या सूचनेस पाठिंबा दिला. ती सूचना केल्याच्या दुसऱ्याच दिवशी चेंबरलेन महाशय युरोपातील युद्ध टाळण्यासाठी आपण कोणकोणते प्रयत्न केले, त्याची कैफियत कॉमन सभागृहात सादर करीत होते. तोच त्यांच्या हाती हिटलरचा एक खलिता देण्यात आला. हिटलरने चौराष्ट्र बैठकीला मान्यता दिली होती. ती बैठक दुसऱ्याच दिवशी भरण्याचे ठरविण्यात आले होते व चेंबरलेनना त्या बैठकीला पाचारण करण्यात आले होते. तो संदेश मिळताच चेंबरलेन हुरळून गेले व ते आपले भाषण मध्येच थांबवून म्हणाले, ''सभापती, मी आता अधिक काही मागू इच्छित नाही. माझी अशी खात्री आहे की, तो शेवटचा प्रयत्न पार पाडावयास जाण्यासाठी सभागृह मला परवानगी देईल.'' ती दुपारची पावणेचारची वेळ होती. कॉमन्सची बैठक मोठ्या उत्साही वातावरणात समाप्त झाली. पुष्कळ सभासदांनी शांततेच्यादेखील घोषणा केल्या. आणि चेंबरलेन महाशय

म्युनिचला उड्डाण करते झाले!

म्युनिच परिषद फार वेळ चालली नाही. परिषदेसमोर विचारासाठी जो कार्यक्रम होता, तो गोडेसबर्ग निवेदनपत्रिकेतील मुद्द्यांहून वेगळा नव्हता. फरक एवढाच होता की, चौराष्ट्रांनी सुडेटन प्रांताच्या सत्तांतरावर आंतरराष्ट्रीय कमिशन म्हणून देखरेख करावी, असे त्या निवेदनपत्रिकेत म्हटले नव्हते. त्या कलमाचा अंतर्भाव त्या पत्रिकेत आता करण्यात आला. तसेच झेकोस्लोव्हाकियाच्या नवीन सरहद्दीबाबतही हमी देण्याचे चौराष्ट्रांनी मान्य केले. झेक प्रतिनिधींना परिषदेत बोलण्याचीही परवानगी देण्यात आली नाही.

ता. ३० सप्टेंबरला चेंबरलेन व दालादिए या दोघांनी झेक सरकारवर म्युनिच करार अमलात आणण्याची सक्ती केली. दुसऱ्या दिवशी चेंबरलेन हेस्टनच्या विमानतळावर उतरले तेव्हा त्यांच्या हातात एक कागद होता. एखाद्या विजयी वीराच्या आविर्भावात त्यांनी तो कागद हलवून आपल्या स्वागतासाठी जमलेल्या लोकांस अभिवादन केले. हिटलरने सही केलेल्या म्युनिच कराराची ती एक प्रत होती. "हा कागद म्हणजे आमच्या काळातील शांततेची हमी आहे," असे चेंबरलेन आपल्या चाहत्यांना उद्देशून म्हणाले. बिचारे चेंबरलेन! हिटलरच्या शब्दावर त्यांचा अजूनही विश्वास होता. असा विश्वास असलेले तेच एक इंग्रज गृहस्थ होते. म्युनिच कराराचा निषेध म्हणून त्याच दिवशी आरमारमंत्री डफ कूपर यांनी आपल्या जागेचा राजीनामा दिला.

सुडेटन प्रांत जर्मनीच्या हातात पडला आणि झेकोस्लोव्हाकिया आपल्या स्वातंत्र्यास मुकला. त्याची बलाढ्य संरक्षक फळी सुडेटन प्रांतात असल्याने ती हिटलरच्या ताब्यात गेली होती. १९३९च्या १३ मार्चला खंडित झेकोस्लोव्हाकियामध्ये बंडाळी सुरू झाली. स्लोव्हाकियाने हिटलरच्या चिथावणीने आपले स्वातंत्र्य पुकारले व जर्मनीचे संरक्षण मागितले. हिटलरने झेक अध्यक्ष हाचा आणि परराष्ट्रमंत्री चाकोव्हस्की या दोघांना बर्लिनला बोलावून घेतले. विमानतळावर त्याचे लष्करी इतमामाने स्वागत केले. त्यांनी बर्लिन शहरात प्रवेश केल्यावर लगेच त्यांना हिटलरसमोर उभे करण्यात आले. त्या वेळी रिबेन्ट्रॉप, गोअरिंग आणि केपलर हे तिघे हिटलरचे चेले तेथे उपस्थित होते. हिटलरने दोघा झेकांना एकदम सांगून टाकले की, त्या दोघांना आपला निर्णय

ऐकविण्याकरता बोलावून घेण्यात आले आहे. वाटाघाटींना आता वेळ नाही. प्राग शहर रात्री ९ वाजता व्यापण्यात येईल आणि बोहेमिया आणि मोराव्हिया हे दोन्ही प्रांत जर्मनीची मांडलिक (Protectorate) संस्थाने बनतील. जे कोणी जर्मन सैन्याला प्रतिकार करतील त्यांना तुडवून टाकण्यात येईल.

त्या दोघा झेक पुढाऱ्यांवर एकदम अशनिपातच झाला. हिटलरने आपले म्हणणे ऐकून घ्यावे म्हणून त्या दोघांनी त्याची परोपरीने विनवणी केली; पण हिटलरला त्यांची दया आली नाही. झेक शरणागतीचा करार टेबलावर आपटून तो खोलीतून निघून गेला. त्याच्यामागे त्याच्या चेल्यांनी त्या दोघा असहाय झेक नेत्यांची शिकारी कुत्र्याप्रमाणे लांडगेतोड केली. ते म्हणाले, "त्यांनी झेकोस्लोव्हाकियाच्या शरणागतीच्या करारावर सही केली नाही तर प्राग शहर बॉम्बहल्ल्यात उद्ध्वस्त होईल." ती धमकी ऐकून वयोवृद्ध हाचा तर बेशुद्धच पडले. त्यांना इंजेक्शने देऊन शुद्धीवर आणावे लागले. शेवटी पहाटेस साडेचार वाजता त्या दोघा झेकांचा प्रतिकार संपुष्टात आला व त्यांनी शरणागतीच्या करारावर सह्या केल्या. हाचा तर त्या वेळी अर्धवट बेशुद्धच होते.

ता. १५ मार्चला जर्मन सैन्य झेकोस्लोव्हाकियात घुसले. जर्मनांनी स्वतंत्र स्लोव्हाकियादेखील व्यापला. बोहेमिया आणि मोराव्हियातील झेक सैन्य जर्मनांनी नि:शस्त्र केले व त्यांची सर्व शस्त्रे आणि दारूगोळा ताब्यात घेतला. ती सर्व हत्यारे आधुनिक होती व अडतीस लष्करी तुकड्यांना सशस्त्र करण्यास पुरेशी होती. भारी तोफखाना आणि चिलखत हे झेक सैन्याचे विशेष होते. विशेषकरून झेक यंत्रदल तर जर्मन यंत्रदलाहून श्रेष्ठ होते. झेक भारी तोफा स्कोडा कारखान्यात तयार झालेल्या होत्या व जर्मन तोफांहून उत्कृष्ट होत्या. झेक तोफा मिळाल्याने जर्मन तोफा दुप्पट झाल्या. झेक हवाई दलात सतराशे विमाने होती. त्यातील पाचशे विमाने लढाईत ताबडतोब उपयोगात आणण्यासारखी होती.

झेकोस्लोव्हाकिया व्यापल्यामुळे जर्मनीला जगातील तीन मोठे शस्त्रास्त्रांचे व दारूगोळ्याचे कारखाने मिळाले. त्याशिवाय विषारी वायूचाही एक कारखाना मिळाला. एकूण तीनशे कोटी पौंड किमतीची शस्त्रे आणि दारूगोळा जर्मनीच्या हातात पडला. त्यात लक्षावधी बंदुका, सहस्रावधी

मशिनगन्स, विविध प्रकारच्या हजारो तोफा, विमानविरोधी तोफा, रणगाडेविरोधी तोफा, यांत्रिक तोफा आणि घोड्यांनी ओढावयाच्या तोफा त्यात होत्या. ती सर्व शस्त्रसामग्री जर्मनीत पाठविण्यात आली. झेकोस्लोव्हाकिया हातात पडल्याने जर्मनीचा कल्पनातीत फायदा झाला. दहा लक्ष सैन्य सशस्त्र करण्याची लष्करी सामग्री एकदम त्याच्या हातात पडली. त्या सामग्रीच्या बळावर त्याने युरोप पादाक्रांत करण्याची तयारी सुरू केली.

१९३८मध्ये जर झेकोस्लोव्हाकियासाठी युद्ध झाले असते तर जर्मनीचा त्यात निभाव लागला असता का, असा प्रश्न दुसऱ्या महायुद्धानंतर उपस्थित झाला. हिटलरची झाकली मूठ किती लाखाची आहे हे कुणालाच माहीत नव्हते. त्या मुठीलाच सगळे मुत्सद्दी भ्याले व त्याला शरण गेले; पण ती मूठ सव्वा लाखाचीदेखील नव्हती, हे त्याच्या सेनापतींना माहीत होते व म्हणून हा माथेफिरू मनुष्य जर्मनीला युद्धाच्या खाईत लोटील अशी त्यांना भीती वाटत होती.

न्यूरेन्बर्ग खटल्याच्या वेळी हिटलरचा एक सेनापती मार्शल कैटेल हा हिटलरने झेकोस्लोव्हाकियावर १९३८मध्ये स्वारी केली असती का, या प्रश्नाला उत्तरे देताना म्हणाला, “हिटलरने झेकोस्लोव्हाकियावर त्या वर्षी स्वारी केली नसती.” तो पुढे म्हणाला, “त्या वेळी आमची तयारी बिलकूल नव्हती. म्युनिच कराराचा उद्देश रशियाला युद्धांतून बाहेर काढायचा होता. युद्धाची तयारी करण्यासाठी अवधी मिळवायचा होता. झेकोस्लोव्हाकियाची तटबंदी बलाढ्य होती. दहा लक्ष झेक सैन्य जर्मन फौजांना भारी होते. झेकोस्लोव्हाकियाच्या नैसर्गिक संरक्षणाची जोड असलेल्या फळीवर त्या सैन्याने जर्मन सैन्याला थोपवून धरले असते. त्या फळीचा भेद करणे जर्मन फौजांना कठीण गेले असते.”

म्युनिच कराराच्या वेळी जर्मनीपाशी पश्चिमेकडे अवघ्या तेरा तुकड्या होत्या. त्यातील फक्त पाच बिनीच्या होत्या त्याचप्रमाणे जर्मनीपाशी रणगाडे आणि चिलखतेही भरपूर नव्हती. नंतर जे यंत्रदल सज्ज करण्यात आले ते झेकोस्लोव्हाकियातून मिळालेल्या युद्धसामग्रीतूनच. १९३८मध्ये जर्मनीला फ्रेंच सैन्यास तोंड देता आले नसते. फ्रेंच सैन्य पश्चिमेकडील जर्मन सैन्याच्या दुप्पट होते. फ्रेंचांनी जर त्या वेळी चढाई केली असती, तर त्यांनी पश्चिम जर्मनी सहज पादाक्रांत केला असता.

म्युनिच कराराने जर्मनीला एक वर्षाचा बहुमोल अवधी मिळाला. त्या अवधीत हिटलरने सबंध युद्धाची तयारी केली.

१९३८मध्ये युद्ध झालेच असते तर इटली तटस्थ राहिला असता आणि पोलंडचा प्रतिकार मोडून काढून रशिया झेकोस्लोव्हाकियाच्या मदतीला गेला असता; पण मध्य युरोपात अँग्लो फ्रेंचांना रशिया यायला नको होता; इंग्लंडची मात्र कोणतीच तयारी नव्हती. १९१४मध्ये त्याची जेवढी तयारी होती त्याच्या निम्म्यानेदेखील नव्हती. आणि म्हणूनच चेंबरलेन महाशय युद्धाला भीत होते; पण त्याचा दोष टोरी पक्षाकडेच जातो. टोरींनी वेळोवेळी विरोधी पक्षाच्या युद्धाच्या भीतीची टर उडविली होती व आम्ही कदापि शस्त्रांचे आणि दारूगोळ्याचे उत्पादन करणार नाही, अशी कॉमन्स सभागृहात त्यांनी घोषणा केली होती. १९३७मध्ये युद्ध झाले असते, तर ब्रिटिश आरमाराने मात्र मोठी कामगिरी बजावली असती; कारण ब्रिटिश आरमार नेहमीच सुसज्ज असते.

❖

२.

अखेर युद्ध पेटले!

ता. १ सप्टेंबर, १९३९ रोजी पहाटेस जर्मन फौजांनी पोलंडवर स्वारी केली. त्या स्वारीपूर्वी तारीख २३ ऑगस्ट, १९३९ रोजी जर्मनीने रशियाशी अनाक्रमणाचा करार केला. त्या करारान्वये जर्मनीला पूर्व आघाडीवर युद्ध करावे लागणार नव्हते. रशियालाही जर्मन स्वारीची भीती होती, म्हणून त्याने युद्धतयारीला सवड मिळावी यासाठी जर्मनीशी तो करार केला होता. त्या करारान्वये त्याला पोलंडचा अर्धा भागही मिळणार होता.

जर्मनीने पोलंडपाशी पूर्व प्रशिया–जर्मनी यांच्यामधील पट्ट्याची व

डांट्झिगच्या स्वतंत्र शहराची मागणी केली होती. ती मागणी अर्थात पोलंडने झिडकारल्याने जर्मनीने पोलंडवर स्वारी केली. इंग्लंडने जर्मनीस पोलंडमधून सैन्य मागे घेण्याचा निर्वाणीचा खलिता पाठविला. त्याची मुदत ३ सप्टेंबरला सकाळी ११ वाजता संपत होती. फ्रेंच खलित्याचीही मुदत त्याच दिवशी संध्याकाळी ५ वाजता संपत होती. १९३९च्या ३१ मार्चला इंग्लंडचे पंतप्रधान मि. नेव्हिल चेंबरलेन यांनी कॉमन्समध्ये घोषणा केली होता, 'पोलंडवर स्वारी झाल्यास इंग्लंड त्याच्या मदतीला जाईल.'' ता. २५ ऑगस्टला पोलंड आणि इंग्लंड या दोघांमध्ये संरक्षणाचा करारही झाला. पोलंडवर स्वारी करण्याच्या इराद्याने जर्मनीने पूर्व प्रशियामध्ये समुद्रमार्गे सैन्याची जमवाजमव केली होती. पोमेरानिया व सिलेशिया ही त्या सैन्याची बलाढ्य केंद्रे होती.

पोलंड हा मागासलेला देश होता. त्या देशात उद्योगधंदे कमी होते व त्यामुळे देशाचे उत्पन्नही कमी होते. त्याचे लष्कर अद्ययावत नव्हते, शस्त्रसामग्री जुनीपुराणी होती. त्याची भिस्त घोडदळावर होती; पण जर्मनीच्या चिलखती सैन्याने त्याचा थोड्याच दिवसांत चक्काचूर उडवून दिला. जर्मन फौजा पोलंडमध्ये उत्तर, दक्षिण आणि पश्चिम अशा तीन बाजूंनी घुसल्या व त्यांनी पोलिश फौजांना चिमट्यात पकडण्याचा डाव सुरू केला. त्या स्वारीत जर्मनीच्या छत्तीस लष्करी तुकड्यांनी भाग घेतला. त्यातील नऊ तुकड्या यांत्रिक होत्या. जर्मन विमानांनी पोलिश विमानतळ, विमाने, लष्करी उद्दिष्टे, सैन्य आणि रेल्वे यांच्यावर भयंकर अग्निवर्षाव केला. पोलिश सैन्याची नैतिक शक्ती उच्च दर्जाची होती; पण त्यांची लष्करी सामग्री मागासलेली असल्याने जर्मन फौजांच्या चढाईपुढे त्यांना माघारच घ्यावी लागली.

पोलिश सेनापती स्मिग्ली रिट्झ यांच्यापाशी राखीव सैन्य नव्हते. त्यांनी आपले सर्व सैन्य लढाईत लोटले होते. त्यांच्या हाताखाली पंचेचाळीस तुकड्या होत्या. त्यातील तीस प्रत्यक्ष आघाडीवर लढत होत्या. बाकीच्या सुसज्ज होत होत्या. जर्मन विमानांनी पोलिश हवाई दल पहिल्या झपाट्यात नष्ट करून टाकले. बहुतेक विमाने विमानतळावरच नष्ट करण्यात आली. पोलंडपाशी अवघी तीनशे सत्याहत्तर विमाने होती आणि विमानविरोधी तोफाही फारच थोड्या होत्या. त्यामुळे जर्मन विमानांना पोलिश विमाने आणि विमानतळ नष्ट करणे शक्य झाले.

जर्मनीची मुख्य भिस्त त्याच्या चिलखतावर होती. काही प्रसंगी तर शंभर शंभर रणगाडे पुढे सरकत असत. त्यांना विमानांचे संरक्षण असे व त्यांच्यामागे पायदळाचे सैनिक असत. पोलिश सैन्याला विमानांचे संरक्षण नसल्याने त्याला दिवसा हालचाल करणे अशक्य होऊन बसले. त्याच्या हालचाली दिसल्या रे दिसल्या की, जर्मन विमाने त्यांच्यावर भडिमार करीत. जर्मन विमानांचा मुख्य भर हा दळणवळणाच्या साधनांवर असे. बॉम्बहल्ल्यात उद्ध्वस्त झालेल्या लोहमार्गावरून सैन्याची वाहतूक करणे अशक्य होई. त्यामुळे यंत्रतज्ज्ञांना लोहमार्ग तासातासाला दुरुस्त करावे लागत. काही लष्करी तुकड्यांनी अद्याप युद्धात प्रवेश केला नव्हता. जर्मन विमानांनी त्यांना हालचाल करणे अशक्य करून टाकले. ता. ४ आणि ५ सप्टेंबरला पोलिश सेनाधिकाऱ्यांनी प्रतिचढाईची तयारी केली; पण ती तयारी जर्मन विमानांनी हेरल्याने तिचा उपयोग झाला नाही.

पोलिश फौजांची युद्धरेषा अर्धवर्तुळाकृती होती. नायु विभाग, मोड्लिन सेना, पामोर्झ सेना, पोझनान सेना, लॉड्झ सेना आणि क्राकोव्ह सेना ही त्या फौजांची नावे होती. ते सेनाविभाग छोटे छोटे होते. पोलंडपाशी एकच यांत्रिक ब्रिगेड होती.

जर्मन सैन्याची विभागणी दोन गटांमध्ये झाली होती. त्या फौजांचे सरसेनानी जनरल व्हॉन ब्रॉचिट्च हे होते. उत्तर गटाचे सेनापती जनरल व्हॉन बॉक हे होते. त्या गटात तिसऱ्या आणि चौथ्या सेनेचा अंतर्भाव होत होता. तिसरी सेना पूर्व प्रशियात आणि चौथी पोमेरानियामध्ये होती. दक्षिण गटाचे नेतृत्व जनरल व्हॉन रुंडस्टेड्ट यांच्याकडे होते. त्यात आठव्या, दहाव्या आणि चौदाव्या सेनेचा अंतर्भाव होत होता. या फौजा ब्रेस्लाव आणि क्राकोव्ह या दोन्ही शहरांच्या नैर्ऋत्येस मोराव्हियाच्या प्रवेशद्वाराजवळ गोळा झाल्या होत्या.

दक्षिणेस मात्र दोनच पहाडी तुकड्या होत्या. त्यांना दोन स्लोव्हाकियन तुकड्या मदत करीत होत्या. पोलंडवरील मोहिमेत तीन हजार जर्मन विमानांनी भाग घेतला होता. युद्धघोषणा न करताच जर्मन विमानांनी पोलंडवर बॉम्बफेक करण्यास सुरुवात केली. त्या आकस्मिक हल्ल्यामुळे पोलिश लोकांमध्ये घबराट माजली व त्यांची पळापळ सुरू झाली. वाहतुकीच्या साधनांवर त्यामुळे मोठा ताण पडला व लष्करी वाहतुकीत

अडथळा आला.

ता. ९ सप्टेंबरपर्यंत परिस्थिती अत्यंत आणीबाणीची होती. पोलिश फौजांचा एक मोठा भाग जर्मन सैन्याने थॉर्न-वॉर्सा-लॉड्झ त्रिकोणात चिमट्यात पकडला. दक्षिणेकडे जर्मन फौजांनी सान नदी ओलांडली आणि उत्तरेकडेही त्या फौजा सान आणि विस्तुला या दोन्ही नद्यांच्या संगमावर येऊन दाखल झाल्या.

जर्मन फौजांच्या दडपणामुळे पोलिश सरसेनानी मार्शल स्मिग्ली रिट्झ यांनी आपल्या सैन्याला रुमानियाच्या रोखाने माघार घेण्याचा हुकूम केला. तो डाव यशस्वी झाला; कारण जर्मनीचे यंत्रदल सरपणाच्या अभावी निष्क्रिय बनल्याने पोलिश सैन्याचा त्याला पाठलाग करता आला नाही. काही पोलिश तुकड्यांनी जर्मन फौजांवर स्थानिक स्वरूपाचे विजयही मिळविले. उदाहरणार्थ, ता. १५ सप्टेंबरला सॉसन् कोव्हर्स या नावाच्या सेनापतीने जर्मनांच्या वीस तोफा, ऐंशी रणगाडे आणि पुष्कळ वाहने नष्ट केली अथवा काबीज केली. कदाचित पोलिश फौजांनी जर्मनांचा आणखी बरेच दिवस प्रतिकार केला असता. त्या दरम्यान इकडे पश्चिमेला अँग्लो-फ्रेंचांनी जर्मनीवर चढाई करून पोलिश फौजांवरील जर्मनांचे दडपण कमी करण्याचाही प्रयत्न केला असता; पण रशियाने पोलंडच्या पाठीत खंजीर खुपसला. ता. १७ सप्टेंबरला रशियन फौजा पूर्वेकडून पोलंडमध्ये घुसल्या. रशियाने पोलंडमध्ये तीस तुकड्या पाठविल्या. जनरल आँडर्स या नावाचा पोलिश सेनापती सकाळी जर्मनांशी लढून आणि संध्याकाळी रशियनांशी लढून जखमी झाला. त्याच्या हाताखाली तीन ब्रिगेड्स होत्या. त्याने जर्मनांना अत्यंत कडवा प्रतिकार केला; पण दुपारी पिछाडीच्या बाजूने रशियन फौजा चालून आल्याने त्याचा प्रतिकार कोलमडून पडला व तो रशियनांच्या हाती सापडला.

पोझ्नान आघाडीवरदेखील पोलिश फौजांनी मोठीच मर्दुमकी गाजविली. जर्मन फौजांनी त्यांना तीन बाजूंनी घेरले होते; पण तरीही शरणागती न पत्करता त्या लढत राहिल्या. सतत दहा दिवसांपर्यंत या पराक्रमी सैन्याने जर्मनांना दाद दिली नाही; पण रशियाने पूर्वेकडून चाल करताच ता. १९ सप्टेंबरला त्यांचा प्रतिकार कोलमडून पडला.

वॉर्साचा प्रतिकार ता. २८ सप्टेंबरपर्यंत चालू राहिला. आपले पश्चिमेकडील दोस्त आपल्या मदतीला धावून येतील अशी पोलिश

लोकांना शेवटपर्यंत आशा वाटत होती. ते वारंवार त्यांच्याकडे मदतीची याचनाही करीत होते; पण अँग्लो फ्रेंचांना पोलंडच्या मदतीस सैन्य पाठविणे शक्य झाले नाही.

शरणागतीच्या वाटाघाटी ता. २८ सप्टेंबरला सुरू झाल्या. मोडलिन् ता. ३०ला जर्मनांच्या हाती आले, तर हेलगिडनिया द्वीपकल्पात पोलिश प्रतिकार ५ ऑक्टोबरपर्यंत चालू होता. त्या शिबंद्यांनी प्रतिकार चालू ठेवण्याचे कारण, जर्मन विमानांनी दळणवळण तोडून टाकल्याने त्यांना शरणागतीचा संदेश मिळाला नव्हता. जर्मनांच्या हातात एकूण पाच लक्ष पोलिश सैनिक युद्धकैदी म्हणून सापडले. त्याच्याहून थोडे कमी रशियनांना शरण गेले. सुमारे पन्नास हजार सैनिक हंगेरीत आणि रुमानियात शिरले. त्यांच्याबरोबर पोलिश सेनापती स्मिगली रिट्झ हाही होता. तो रुमानियामध्ये एक आलिशान घर भाड्याने घेऊन राहू लागला. तदनंतर त्याचे नाव कधीच ऐकू आले नाही. पोलिश लोकांनी त्याचा पुढे तिरस्कार करण्यास सुरुवात केली.

अशा रीतीने पोलंडचे महान सैन्य नष्ट झाले. पोलिश सैन्याने जर्मन लष्करी यंत्राला जवळजवळ तीन आठवड्यांपर्यंत दाद दिली नाही. त्या सैन्याने केलेला हा शौर्यपूर्ण प्रतिकार जगाच्या निदर्शनास आला नाही, त्याचे कारण सगळीकडे जर्मनांच्याच विजयाचे नगारे ऐकू येत होते. त्या आवाजासमोर पोलिश सैन्याच्या पराक्रमाचा आवाज उठू शकला नाही.

ता. २९ सप्टेंबरला रशिया व जर्मनी या दोघांचा पोलंडच्या विभागणीसंबंधीचा करार झाला. त्या कराराप्रमाणे पूर्व पोलंड रशियाने घेतला तर पश्चिम पोलंड जर्मनीच्या वाट्याला आला. रशियाने नंतर असा प्रचार सुरू केला की, पूर्व पोलंड हा प्रामुख्याने पांढऱ्या रशियनांच्या वस्तीचा प्रदेश असल्याने तो जर्मनीच्या ताब्यात जाऊ नये म्हणून आपण व्यापला. तो प्रचार कदाचित समर्थनीय असण्याची शक्यता आहे; कारण पहिल्या महायुद्धाअखेर जर्मनीचा रशियाशी जो 'ब्रेस्ट लिटोव्हस्कचा करार' झाला, त्या करारान्वये रशियाच्या साम्राज्यात मोडणारा पोलंडचा प्रदेश रशियाने जर्मनीला देऊन टाकला होता. नंतर जर्मनीचा पराभव होऊन पोलिश राष्ट्राची निर्मिती झाल्यावर तो प्रदेश पोलंडने घेतला होता.

पोलिश मोहिमेत जगाच्या निदर्शनास दोन गोष्टी आल्या. चिलखती तुकड्यांचे आणि विमानांचे सामर्थ्य. त्या दोन्ही दलांच्या मदतीशिवाय जर्मनीला पोलंडवर इतका झटपट विजय मिळविता आला नसता.

१९३९-४०चा हिवाळा

युद्धाच्या सुरुवातीला ब्रिटिश मंत्रिमंडळात बदल झाला. चर्चिल आरमारमंत्री बनले. १९१४च्या युद्धात सुरुवातीला ते आरमारमंत्री होते. त्या वेळी त्यांच्या कारकिर्दीत ब्रिटिश आरमाराने मोठाच पराक्रम गाजविला होता; पण डार्डानेल्सच्या माघारीनंतर त्यांनी आपल्या मंत्रिपदाचा राजिनामा देऊन ते फ्लँडर्समध्ये प्रत्यक्ष युद्धावर गेले होते.

ब्रिटनमध्ये पहिल्या महायुद्धाप्रमाणेच एक वरिष्ठ युद्ध मंडळही स्थापन करण्यात आले. मंत्रिमंडळाचे सदस्य आणि वरिष्ठ लष्करी अधिकारी या युद्धमंडळाचे सदस्य होते. चेंबरलेन यांच्या मनात संयुक्त मंत्रिमंडळ स्थापावयाचे होते व त्यासाठी त्यांनी मजूर पक्षाला आपल्या मंत्रिमंडळात भाग घेण्यास पाचारण केले होते; पण मजूर पक्षाच्या पुढाऱ्यांनी त्या मागणीस नकार दिला. चेंबरलेन यांचे हिटलरला खूश करण्याचे मवाळ धोरण त्यांना सुरुवातीपासूनच पसंत नव्हते. ते १९३५पासून कॉमन्समध्ये इंग्लंडने युद्धसाहित्याचे मोठ्या प्रमाणात उत्पादन करावे अशी मागणी करीत आले होते. हुजूरपक्षीय सभासदांनी त्यांची प्रत्येक वेळी टर उडविली होती आणि चेंबरलेन यांनीदेखील इंग्लंड कदापि युद्धसाहित्याची निर्मिती करणार नाही, असे आवर्जून सांगितले होते. तेव्हा अशा अदूरदर्शी आणि अपयशी पंतप्रधानाच्या मंत्रिमंडळात भाग घेऊन अपयशाचे धनी होण्यास मजूरपक्षीय सभासदांनी नकार दिला असल्यास त्याबद्दल त्यांना कुणीही दोष दिला नसता.

खुद्द हुजूर पक्षातीलही बरेच सदस्य चेंबरलेनवर नाराज होते आणि ज्या वेळी हिटलरने झेकोस्लोव्हाकियावर स्वारी केली तेव्हा चेंबरलेनच्या मुत्सद्दीपणावर कडाडून हल्ला चढविण्यात हुजूर पक्षाचेच सदस्य मजूरपक्षीयांहून पुढे होते. तथापि, मजूरपक्षीयांनी मंत्रिमंडळात भाग घेण्यास नकार दिला असला तरी त्यांनी सरकारला आपले संपूर्ण सहकार्य देण्याचे आश्वासन दिले. आता युद्धाची तयारी इंग्लंडमध्ये जोरात सुरू झाली. अमेरिकेकडेही युद्धसाहित्याची मागणी करण्यात

आली व प्रे. रुझवेल्ट यांनी ती मागणी ताबडतोब मंजूर करून इंग्लंडला युद्धसाहित्य मोठ्या प्रमाणात पाठविण्यास सुरुवात केली. सुमारे पंच्याऐंशी हजार मशिनगन्स १९४०- च्या सुरुवातीला, अमेरिकेहून इंग्लंडला आल्या. प्रे. रुझवेल्ट अमेरिकेने ताबडतोब युद्धात पडावे या मताचे होते; कारण त्यांना कळून चुकले होते की, अमेरिकेने युद्धात भाग घेतल्याशिवाय अँग्लो-फ्रेंचांना जर्मनीचा पराभव करता येणार नाही; पण काँग्रेसने 'थांबावे आणि बघावे' या धोरणाचा अवलंब केल्याने त्यांचा नाइलाज झाला!

इंग्लंडने बॉम्बहल्ल्यांपासून बचाव करण्याची फारशी सोय केली नव्हती. आता जागोजागी सिमेंट क्राँक्रिटचे निवारे बांधण्यात येऊ लागले. तसेच शहरातून खेडेगावी लहान मुलांचे स्थलांतर करण्यात आले. मजूर, वाहतूक, परदेशातील पैशांची गुंतवणूक यावर सरकारी नियंत्रण आले. त्याचप्रमाणे भावी परिस्थितीकडे लक्ष देऊन नियंत्रित शिधा पद्धतीही १९४०मध्येच अमलात आली. युद्धबचतीचा प्रचार सुरू झाला.

इंग्लंडबरोबरच राष्ट्रकुलातील देशांनीही जर्मनीशी युद्ध पुकारले. दक्षिण आफ्रिका सुरुवातीला तटस्थ होती; पण नंतर जनरल स्मट्स यांनी तिला युद्धघोषणा करण्यास भाग पडले. आयरिश फ्री स्टेट मात्र अखेरपर्यंत तटस्थ राहिले; पण काही आयरिश स्वयंसेवक इंग्लंडच्या बाजूने युद्धात लढत होते. राष्ट्रकुलातील देशांपैकी, इंग्लंडला सैन्य पाठविण्यात कॅनडा पहिला होता. त्याने १९३९च्या डिसेंबरमध्येच सैन्य पाठविले; इतकेच नव्हे तर आपल्या देशात एक हवाई शिक्षण योजना सुरू करण्याच्या कामी त्याने इंग्लंडला मोठी मदत केली. कॅनडानंतर १९४०च्या फेब्रुवारीत ऑस्ट्रेलियन आणि न्यूझीलँडर्स फौजा इजिप्तमध्ये उतरल्या.

युद्धाच्या सुरुवातीला इटलीची स्थिती दोलायमान होती. ज्या पक्षाच्या बाजूला विजयाचे पारडे जड होईल त्या पक्षाच्या पारड्यात आपले वजन टाकायचे या धोरणाने वागण्यास त्याने सुरुवात केली. जपानची दोस्त राष्ट्रांकडे बघण्याची दृष्टी मैत्रीची नव्हती आणि अमेरिकेकडे तर ते शत्रू म्हणूनच पाहत होते. तथापि, त्याला रुसो-जर्मन करारही आवडला नाही, हे तेवढेच खरे.

पोलंडची मोहीम समाप्त झाल्यावर हिटलर आपला मोहरा पश्चिमेकडे वळविणार होता ही आता काळ्या दगडावरील रेघ होती. त्याने दोस्तांवर हल्ला करण्याची तयारी केली व त्या हल्ल्याचा दिवसही मुक्रर केला; पण तो हल्ला त्याला काही अपरिहार्य कारणामुळे पुढे ढकलावा लागला. हॉलंड आणि बेल्जियम या दोन्ही राष्ट्रांना हिटलरची भीती वाटत होती. पहिल्या महायुद्धात हॉलंड तटस्थ होते. जर्मनीने त्याच्यावर स्वारी केली नव्हती; पण या वेळी तो छोटा देश हिटलरच्या तावडीतून सुटणार नसल्याची चिन्हे दिसत होती. त्यामुळे हॉलंडची राणी विलेमिना आणि बेल्जियमचा राजा लिओपोल्ड या दोघांनी एक संयुक्त पत्रक काढून शांततेचे रक्षण करण्याचे जगाला आवाहन केले.

१९१४मध्ये इंग्लंडने जर्मनीशी युद्ध पुकारल्यावर लगेच बेल्जियम आणि फ्रान्समध्ये सैन्य उतरविण्यास सुरुवात केली होती; पण या वेळची स्थिती तशी नव्हती. पोलिश मोहिमेनंतर हिटलर गप्प होता. हॉलंड, बेल्जियमवर त्याने स्वारी केली नव्हती आणि फ्रान्सवरही चढाई केली नव्हती. तो सहा महिने नुसता गप्प बसून होता. त्यामुळे लोकांकडून या युद्धास 'फनी वॉर' हे नाव पडले होते. त्या दरम्यान इंग्लंडने फ्रान्समध्ये सैन्य पाठविण्यास सुरुवात केली होती. सैन्य शेरबुर्ग बंदरात आणि दारूगोळा व इतर सामान नांतिश, सां नाझेस आणि ब्रेस्त या बंदरांत उतरत होते. दुसरी महत्त्वाची गोष्ट म्हणजे ब्रिटिश सैन्य फ्रेंच सेनाधिकाऱ्यांच्या आधिपत्याखाली देण्यात आले होते. व्हायकौंट गोर्ट हे त्या सैन्याचे सरसेनानी होते. ते शूर आणि धाडसी होते. व्हिक्टोरिया क्रॉसचा सर्वोच्च लष्करी बहुमान त्यांनी मिळविला होता; पण सैन्याचा नेता या दृष्टीने ते निरुपयोगी असल्याचे ब्रिटिश सेनाधिकाऱ्यांचे मत होते.

फ्रेंच फौजांचे सेनापती जनरल गामेला हे होते. फ्रेंच सैन्याचे थोडेफार यांत्रिकीकरण झाले होते. त्याचे आरमार बलाढ्य आणि आधुनिक होते. त्याची सारी भिस्त 'माजिनो तटबंदी'वर होती; पण माजिनो तटबंदी बांधून झाल्यावर युद्धशास्त्रामध्ये आणि शस्त्रास्त्रांमध्ये नवीन नवीन शोध लागत होते. विशेषेकरून चिलखती तुकड्यांना माजिनो तटबंदी फार वेळ रोखून धरू शकणार नाही असे लष्करी तज्ज्ञांचे मत होते. हिटलरच्या यांत्रिक तुकड्यांनी त्याचे प्रात्यक्षिक

पोलंडमध्ये दाखविलेच होते; पण तरीही फ्रेंच सेनाधिकाऱ्यांना आपली माजिनो तटबंदी अजिंक्य वाटत होती. फ्रान्सने पन्नास लक्ष तरुणांना लष्करभरतीसाठी बोलावले होते.

फ्रान्समध्ये जे ब्रिटिश सैन्य उतरविण्यात आले, त्या सैन्याचा पहिला विभाग ले.ज.सर जॉन डील या नावाच्या सेनापतीच्या आधिपत्याखाली बेल्जियमच्या सरहद्दीवर लीस शहराच्या पूर्वेस पाठविण्यात आला. त्या विभागाच्या पाठोपाठ ऑक्टोबरमध्ये दुसरा विभागही त्याच ठिकाणी पाठविण्यात आला. त्या विभागाचे नेतृत्व ले.ज.ए. एफ.ब्रुक यांच्याकडे होते. १९४०च्या वसंत ऋतूपर्यंत फ्रान्समध्ये इंग्लंडने दहा लष्करी तुकड्या पाठविल्या. त्यातील एक तुकडी यांत्रिक (मोटार डिव्हिजन) होती. ही तुकडी लीस शहराच्या उत्तरेस बेल्यॅल येथे ठेवली.

सरहद्दीवर शत्रूसैन्याच्या हालचाली नसल्याने ब्रिटिश सैनिक खंदक खणून बचावाची तयारी करत होत; पण संरक्षणाची व्यवस्था परिणामकारक नसल्याचे लष्करी अधिकाऱ्यांचे मत होते. खुद्द संरक्षणमंत्री होअर बेलिश यांनी खंदकांची पाहणी केली, तेव्हा त्यांचेही तेच मत झाले. त्यांनी उत्तर समुद्रापर्यंत माजिनो तटबंदीसारखी एक तटबंदी उभारावी व ते काम खासगी कंपन्यांकडे कंत्राटाने ठेके (टेंडर्स) मागवून द्यावे, अशी एक योजना पुढे मांडली. त्या कामासाठी जर्मनीतून पळून आलेले लोक श्रमदानासही तयार होते; पण पुढे या योजनेची विशेष प्रगती झाली नाही.

या आघाडीवर ब्रिटिश सैन्याचा जर्मन सैन्याशी संबंध न आल्याने तिथल्या तुकड्यांना अनुभव मिळावा म्हणून सार प्रांतात पाठविण्यात आले व त्यांच्या जागी १९४०च्या एप्रिल महिन्यात एक्कावन्नावी तुकडी हलविण्यात आली. फ्रेंच फौजांची अद्याप युद्धाची तयारी पूर्ण झाली नसल्याने त्यांनी जर्मनीवर चढाईस सुरुवात केली नव्हती. तथापि, फ्रेंच टेहळणी पथके जर्मनीच्या सिग्फ्रिड तटबंदीपर्यंत जाऊन येत असत. फ्रेंच फौजांनी सुमारे अडीचशे चौरस मैलांचा जर्मन प्रदेशही व्यापला; पण जर्मन फौजांनी कोणतीच हालचाल केली नाही. जर्मन फौजांनी पश्चिम आघाडीवर हल्ला न करण्याचे कारण असे होते की, त्या फौजा पोलंडच्या जिंकलेल्या प्रदेशाची व्यवस्था लावण्यात गुंतल्या होत्या. शिवाय त्यांना तिथून पश्चिम आघाडीवर हलण्यास वेळ लागणार

हे साहजिकच होते.

१९४०च्या ऑक्टोबर महिन्यात फ्रेंच टेहळणी पथकांना जर्मन फौजा हल्ल्याची तयारी करीत असल्याचे दिसून आले. ती माहिती मिळताच फ्रेंच फौजांचे सेनापती जनरल गामेला यांनी आपल्या फौजांना 'माजिनो' तटबंदीच्या आत येऊन राहण्याचा हुकूम केला. ता. १५ ऑक्टोबरला जर्मनांनी हल्ला केला तेव्हा त्यांना माजिनो तटबंदीबाहेर फ्रेंच घोडदळाची फक्त एकच तुकडी आढळून आली. जर्मन फौजा दिसताच त्याही तुकडीने माघार घेतली. तथापि, फ्रेंच तोफांनी जर्मन सैन्यावर जोरदार सरबत्ती करून त्यांची मोठीच हानी केली.

फ्रेंच सैन्याच्या हालचाली कुशलतेने केल्या जात होत्या; पण सैनिकांवर त्यांचा विशेष परिणाम होत नव्हता. फ्रेंच सैन्याची संरक्षण पद्धती बचावात्मक होती व तीत माजिनो तटबंदीला महत्त्वाचे स्थान होते. फ्रेंच सैन्यावर आणखी एका गोष्टीचा प्रतिकूल परिणाम झाला आणि तो म्हणजे जर्मन प्रचाराचा. जर्मन सैनिकांनी दूरध्वनिक्षेपकांतून सांगण्यास सुरुवात केली की, या युद्धात फ्रान्सला तरणोपाय नाही. रशियाने जर्मनीशी तह केला आहे, त्यामुळे जर्मनीला पूर्व आघाडीवर लढावे लागणार नाही. फ्रान्सला जर्मनीशी एकट्यानेच लढावे लागणार आहे. इंग्लंड जरी त्याचे दोस्त असले, तरी ते फ्रान्सपासून दूर आहे. त्या प्रचारामुळे फ्रेंच सैनिकांची नैतिक शक्ती दुबळी झाल्यावाचून राहिली नाही. त्यातच गैरसोयीचीही भर पडली. हिवाळ्यामध्ये त्यांना आवश्यक त्या वस्तू मिळाल्या नाहीत. त्यामुळे ते मनातून नाराज होते.

सागरावरील युद्ध

भूमीवरील लढाईप्रमाणे सागरावरील लढाईलाही सुरुवात झाली; पण या वेळी जर्मन आरमार १९१५च्या आरमाराएवढे मोठे नव्हते. त्याच्यापाशी अवघ्या पाच मोठ्या युद्धनौका होत्या. त्यातील तीन 'पॉकेट बॅटलशिप्स' अथवा बॅटल क्रूझर्स होती. याच्या उलट इंग्लंडपाशी पंधरा मोठ्या युद्धनौका होत्या. त्या युद्धनौकांसमोर पाच युद्धनौका टिकाव धरू शकणार नव्हत्या. म्हणून जर्मनीने आपले सर्व सामर्थ्य पाणबुड्यांवर केंद्रित केले होते. युद्ध सुरू झाल्यापासून अवघ्या सात-आठ महिन्यांच्या आत जर्मन पाणबुड्यांनी इंग्लंडची सहा लक्ष टनांची

व्यापारी जहाजे बुडवून टाकली. तदनंतर युद्ध जसजसे प्रखर होत चालले तसतसा जर्मन पाणबुड्यांचा उपद्रवही वाढत चालला. ब्रिटिश आरमाराने त्यांची शिकार करण्याचे नाना प्रकारचे उपाय अमलात आणले.

जर्मन पाणबुड्यांना शिक्षण देण्यासाठी बाल्टिक समुद्रात एक शिक्षण केंद्र सुरू करण्यात आले होते. तेथे जर्मनीचा एक मोठा आरमारी तळही होता. जर्मनांनी प्रत्यक्ष युद्धाबरोबरच प्रचाराचे युद्धही यशस्वीरीत्या सुरू केले होते.

एखादी खोटी गोष्ट वारंवार ती खरी आहे असं सांगितलं, तर ती लोकांना खरी वाटू लागते, असे हिटलरचे आपल्या लोकांना सांगणे असे आणि त्याला मिळालेला प्रचारमंत्री गोबेल्स हादेखील उलट्या काळजाचाच होता. त्या प्रचाराचा प्रत्यय इंग्लंडला युद्धाच्या सुरुवातीलाच आला. जर्मन पाणबुड्यांनी 'अथेनिया' या नावाची कॅनडाला निघालेली एक उतारूवाहू बोट बुडविली. इंग्लंडने ती बोट जर्मन पाणबुड्यांनी बुडविल्याचे जाहीर करताच, जर्मनीने असा कांगावा सुरू केला की, ती बोट जर्मन पाणबुड्यांनी बुडविली नाही. हे लोकांना खरे वाटावे म्हणून जर्मन प्रचारखाते म्हणाले 'अमेरिकेला युद्धात गोवण्याचे हे चर्चिलचे कारस्थान आहे!'

ता. २३ नोव्हेंबरला जर्मन बॅटल क्रूझर्स 'शॉर्नहार्स्ट' आणि 'ग्रेईसेनाव' यांची ब्रिटिश व्यापारी क्रूझर 'रावळपिंडी' याच्याशी गाठ पडून मोठी लढाई झाली. त्या लढाईत 'रावळपिंडी' बुडाले. या जहाजाचा कोणताच मागमूस नसल्याने ब्रिटिश आरमाराची अशी समजूत झाली होती की, 'डचलँड' या युद्धनौकेने ते बुडविले; पण युद्धानंतर खरी माहिती उघडकीस आली. मॅग्नेटिक माईन अथवा लोहचुंबक पाणसुरुंग हे जर्मनीचे युद्धाच्या सुरुवातीचे एक धोकेबाज अस्त्र होते. एखादे जहाज त्या पाणसुरुंगाच्या जवळून जाऊ लागले की, तो पाणसुरुंग आपोआपच त्या जहाजाकडे ओढला जाई व मग तो त्या जहाजावर आपटताक्षणी त्याचा स्फोट होऊन जहाजाच्या ठिकऱ्या उडत.

हे सुरुंग जर्मन विमानांनी ब्रिटिश बंदरांतून पेरले होते. इंग्लंडच्या सुदैवाने त्यातला एक लोहचुंबक पाणसुरुंग किनाऱ्यावर पडला. ले. कमांडर जे.जी. वुव्ह्वी या नावाच्या तज्ज्ञाने बिनलोहचुंबकाची खास

हत्यारे बनवून तो पाणसुरुंग उघडून पाहिला. नंतर प्रयोग करून तो पाणसुरुंग निष्क्रिय करणारे पट्टे बनविण्यात आले. अशा रीतीने इंग्लंडने हिटलरची बरीच अस्त्रे निरुपयोगी करून टाकली.

जर्मनीची कोंडी

पहिल्या महायुद्धात ज्याप्रमाणे इंग्लंडने जर्मनीची कोंडी सुरू केली त्याप्रमाणेच या वेळीही त्याने ती केली. जर्मनीला आता एकच समुद्र बिनधोक राहिला, अन् तो म्हणजे बाल्टिक समुद्र! त्याच समुद्रातून त्याला स्वीडनमधून लोखंड आणि इतर वस्तू आणाव्या लागल्या. तटस्थ राष्ट्रेही त्याला माल पुरवीत असत; पण अँग्लो-फ्रेंच आरमाराने तटस्थ राष्ट्रांच्या जहाजांवर छापे घालून जर्मनीकडे चोरून जाणारा माल जप्त करण्याचा सपाटा सुरू केला.

परंतु काही तटस्थ राष्ट्रांना अँग्लो फ्रेंचांच्या आरमाराचे छापे पडूनदेखील जर्मनीला माल पुरवावा लागत होता. त्याचे कारण हे की, ती राष्ट्रे जर्मनीची शेजारी होती. जर्मनीला माल पुरविण्याचे बंद केल्यास तो आपणावर हल्ला करील अशी त्यांना भीती वाटत होती. त्यांचे स्वातंत्र्य हिटलरच्या मर्जीवर अवलंबून होते. अशा राष्ट्रांत हॉलंड हे एक होते. वेस्ट इंडिज बेटात भरपूर युद्धोपयोगी आणि जीवनोपयोगी वस्तूंचे उत्पादन होत असे. त्या वस्तू त्याला जर्मनीस आणून द्याव्या लागत होत्या; पण त्याचबरोबर इंग्लंडशीही त्याचे मैत्रीचे संबंध होते. इंग्लंडचा रोष पत्करल्यास त्याचे आरमार आपला सगळाच माल जप्त करून टाकील म्हणून हॉलंड त्यालाही त्यातला अर्धा माल देत असे. ब्रिटिश आरमाराने तटस्थ राष्ट्रांच्या जहाजांवरील मालाची तपासणी सुरू केलेली पाहताच जर्मन आरमारानेही त्याच मार्गाचा अवलंब सुरू केला. जर्मन पाणबुड्या तर इंग्लंडकडे माल घेऊन जाणारी तटस्थ राष्ट्रांची जहाजे कोणताही पूर्वइशारा न देता बुडवू लागली.

त्या हल्ल्यांमुळे तटस्थ राष्ट्रांच्या नौकानयनामध्ये भयंकर घबराट माजली. त्यांच्या हक्कांची ती उघड उघड पायमल्ली होती; पण सत्तेपुढे शहाणपण चालत नव्हते. 'उडदामाजीं काळा गोरा' कुणीच नव्हता. जर्मनीप्रमाणे इंग्लंडचीही त्यांच्यावर दंडेली चालू होती. उदाहरणार्थ, 'आल्टमार्क' या नावाचे एक जर्मन सहायक क्रूझर दोनशे शहाण्णव

ब्रिटिश युद्धकैदी घेऊन नॉर्वेजियन समुद्रातून जात असल्याचा सुगावा ब्रिटिश आरमाराला लागला. ब्रिटिश सरकारने त्याबद्दल नॉर्वेकडे तक्रार केली; पण नॉर्वेला जर्मन क्रूझरवरील खलाश्यांची तपासणी करण्याचे धाडस न झाल्याने त्याने बेधडक इंग्लंडला कळविले की, आल्टमार्कवर ब्रिटिश युद्धकैदी नाहीत. तो संदेश मिळताच 'कॉस्मस' या नावाच्या ब्रिटिश विनाशिकेने 'आल्टमार्क'चा नॉर्वेजियन समुद्रात पाठलाग करून आपले युद्धकैदी परत मिळविले. नॉर्वेजियन हद्दीत हे इंग्लंडचे धडधडीत आक्रमण होते; पण नॉर्वेला इंग्लंडचा निषेध करण्याचे धाडस झाले नाही. अशा रीतीने दोन बलाढ्य सत्तांमध्ये ही छोटी तटस्थ राष्ट्रे सापडल्यामुळे त्यांचा कोंडमारा सुरू झाला होता.

ग्राफ व्हॉन स्पीला जलसमाधी

युद्धाच्या सुरुवातीला 'ग्राफ व्हॉन स्पी' या जर्मन क्रूझरने अॅटलांटिक महासागरात भयंकर धुमाकूळ घातला. आफ्रिकेच्या किनाऱ्यावर त्याने अनेक जहाजांना जलसमाधी दिली. नंतर ते पॅसिफिक महासागरात शिरले व तेथेही त्याने चाचेगिरी सुरू केली. त्या क्रूझरचा पाठलाग करण्याचा पॅसिफिक महासागरातील ब्रिटिश आरमाराला हुकूम मिळाला. त्या हुकुमाप्रमाणे कोमॉडोर एच.एच. हॉवर्ड हे 'एजाक्स', 'आकिलिश' आणि 'एझेटेर' या तीन क्रूझर्ससह 'ग्राफ व्हॉन स्पी'च्या पाठलागास निघाले.

त्या आरमारी काफिल्यास 'ग्राफ व्हॉन स्पी' दक्षिण अमेरिकेच्या पूर्वकिनाऱ्यावर रिव्हर प्लेटच्या मुखाजवळ ता. १३ डिसेंबरला दिसली. जर्मन आरमारातील ती एक बलाढ्य युद्धनौका होती. तिच्यावर अकरा इंची तोफा होत्या आणि तिचे कवचही भरभक्कम होते. तिच्यावरील खलाशी अनुभवी होते. ब्रिटिश काफिल्यातील 'एजाक्स' या क्रूझरच्या तोफा आठ इंची होत्या, तर 'आकिलिश' आणि 'एझेटेर' यांच्या प्रत्येकी सहा-सहा इंची होत्या. तेव्हा या तिन्ही युद्धनौका 'ग्राफ व्हॉन स्पी'शी कितपत लढाई देऊ शकतील हा प्रश्न होता. पण तरीही त्यांनी बलाढ्य 'ग्राफ व्हॉन स्पी'ला लढाईचे आव्हान दिले. ते आव्हान 'ग्राफ व्हॉन स्पी'ने स्वीकारले. सलामीलाच तिने 'एझेटेर'ला जायबंदी करून तिला लढाईतून निकामी करून टाकले. 'ग्राफ व्हॉन स्पी'चीही नुकसानी

झाली, पण मोठी नाही. ब्रिटिश काफिल्याने आता तातडीची कुमक मागविली. ती कुमक आली, तर आपला तरणोपाय नाही हे जर्मन खलाश्यांनी ताबडतोब ताडले व त्यांनी 'स्पी'ला रिव्हर प्लेटच्या मुखावरील माँतेव्हिदेव बंदरात नेले. त्या वेळी त्यांनी 'स्पी'च्या भोवताली धुराचे आवरण सोडले होते.

ब्रिटिश काफिल्याच्या मदतीला आता 'कंबरलँड' क्रूझर आले. 'ग्राफ व्हॉन स्पी'ने माँतेव्हिदेव बंदरात नांगर टाकले. आंतरराष्ट्रीय कायद्याप्रमाणे जर्मन खलाश्यांना नि:शस्त्र करून स्थानबद्ध करण्याचा अधिकार उरुग्वे सरकारला होता. तो प्रसंग टाळण्यासाठी 'स्पी'च्या कप्तानाने उरुग्वे सरकारकडे आपल्या जहाजाच्या डागडुजीची परवानगी मागितली; पण तशी परवानगी देता येत नाही, असे उरुग्वे सरकारने कळविले.

'स्पी'ला आता उरुग्वे सरकारला शरण जाण्यापलीकडे दुसरा मार्ग राहिला नाही; पण ते शरण जाण्यास तयार नव्हते. तिथून जवळच अर्जेंटिना देश होता. तो देश जर्मनीचा दोस्त होता. स्पीने कालव्यातून 'बुएनुश आयरिश' बंदराचा मार्ग धरला; पण अर्जेंटिना जरी जर्मनीचे दोस्त राष्ट्र असले, तरी ते तटस्थ होते. त्यामुळे त्याला 'ग्राफ व्हॉन स्पी'ला आश्रय देता येत नव्हता. अखेर हिटलरच्या हुकुमावरून ती युद्धनौका बुडवून टाकण्यात आली. तिच्या कप्तानाने आत्महत्या केली आणि खलाश्यांना अर्जेंटाईन अधिकाऱ्यांनी स्थानबद्ध करून ठेवले.

ब्रिटिश आरमाराचा तो मोठाच विजय होता. तो विजय इंग्लंडमध्ये साजरा करण्यात आला. 'व्हॉन स्पी' नष्ट झाल्याने जर्मन आरमाराच्या इभ्रतीला मोठाच धक्का बसला. पॅसिफिक आणि अटलांटिक महासागरातील जर्मन दरारा नष्ट झाला.

❖

३.

फिनलंड आणि नॉर्वेवरील स्वाऱ्या

जर्मनी आणि आपणामध्ये एक पट्टा निर्माण करण्याची रशियाची इच्छा होती. जर्मनीशी जरी त्याचा अनाक्रमणाचा करार झाला असला तरी, त्या करारावर स्टालिनचा विश्वास नव्हता, म्हणून तो हिटलरकडे संशयाने पाहत होता. त्याने जर्मनीशी अनाक्रमणाचा करार केला होता, तो वेळ काढण्यासाठी. हिटलरच्या संभाव्य स्वारीचा धोका लक्षात घेऊन त्याने इस्टॉनिया, लाटव्हिया आणि लिथुआनिया या छोट्या बाल्टिक राष्ट्रांत आपल्या सैन्याच्या शिबंद्या ठेवल्या होत्या. ती राष्ट्रे घशात घालण्याचे ते पहिले पाऊल होते. प्रस्तुत राष्ट्रे दुर्बल आणि छोटी असल्याने

रशियाचा हुकूम मान्य करण्यापलीकडे ती दुसरे काही करू शकत नव्हती.

पण फिनलंड मात्र रशियाच्या मागण्या मान्य करण्यास तयार झाले नाही. फिनलंडचे सैन्य चांगले होते, शिवाय त्याला नैसर्गिक संरक्षण होते. फिनलंडची कारेलियन संयोगभूमी रशियाच्या दृष्टीने महत्त्वाची होती. निदान तिचा अर्धा दक्षिणोत्तर भाग तरी रशियाच्या संरक्षणाच्या दृष्टीने महत्त्वाचा होता. त्या संयोगभूमीच्या दक्षिण टोकापासून थोड्याच मैलांच्या अंतरावर रशियाचे लेनिनग्राड शहर होते व त्याच्या नजीकच क्रॉन्स्टाड्ट हे तटबंदीचे बेट होते. तेथे रशियाचा एक मोठा आरमारी तळ होता. एक मोठे शहर आणि एक मोठे लष्करी स्थळ फिनिश प्रदेशाच्या जवळ असल्याने रशियाला फिनलंडची भीती वाटत होती. म्हणून त्यांच्या जवळचा प्रदेश तो भाड्याने मागत होता. त्या प्रदेशाएवढाच प्रदेश तो फिनलंडला दुसरीकडे देण्यास तयार होता.

ऑक्टोबर महिन्याच्या सुरुवातीला रशियाने फिनलंडपाशी कारेलियन संयोगभूमीचा एक पट्टा, बाल्टिक प्रदेशावरील हँगो हे बंदर आणि फिनलंडच्या उपसागरातील काही बेटांची भाड्याने काही मुदतीसाठी मागणी केली. हँगो बंदरात त्याला आरमारी तळ बांधायचा होता. या प्रदेशाप्रमाणेच उत्तरेकडील राइबाची द्वीपकल्पाचाही एक भाग रशियाला हवा होता. त्या प्रदेशाच्या बदली रशियाने रशियन कारेलियामध्ये फिनलंडला प्रदेश देऊ केला; पण रशियाने मागितलेला प्रदेश त्याला दिल्यास फिनलंडचे नैसर्गिक संरक्षण कमकुवत होणार होते; म्हणून त्याने रशियाच्या काही मागण्या मान्य केल्या नाहीत.

फिनलंडचे हे कृत्य पाहताच स्टालिनचे पित्त खवळले. त्याने ता. २८ नोव्हेंबरला दोन्ही देशांमधील अनाक्रमणाचा करार रद्द केला व दोन दिवसांनी फिनलंडची राजधानी हेलसिंकीवर आणि इतर फिनिश शहरांवर रशियन विमानांनी बॉम्बवृष्टी केली. फिनलंडने राष्ट्रसंघाकडे त्या आक्रमणाबद्दल तक्रार केली. त्याबद्दल शासन म्हणून रशियाची राष्ट्रसंघातून हकालपट्टी झाली. त्याशिवाय राष्ट्रसंघ रशियाविरुद्ध आणखी जालीम उपाययोजना करू शकत नव्हता. फिनलंडने कारेलियन संयोगभूमीची तटबंदी केली होती व तिला फिनलंडचे वयोवृद्ध सेनानी मनरहिम यांचे नाव दिले होते. फिनिश फौजांनी रशियन सैन्याला त्या फळीवर रोखून

धरले. इतकेच नव्हे तर, काही ठिकाणी त्याचा पराभवही केला.

१९४०च्या फेब्रुवारीत तर फिनिश 'स्की' फौजांनी एक सबंध रशियन तुकडी गारद केली. अशाच आणखी दोन रशियन तुकड्यांचा मध्य फिनलंडमध्ये पराभव झाला. आणखी दोन तुकड्या फिनलंडची उत्तर आणि दक्षिण अशी दोन छकले उडविण्याच्या उद्देशाने मुरमान्स्क रेल्वेवर चढाई करीत होत्या; पण त्यांचाही फिनिश फौजांनी पुरता बीमोड केला. फक्त फिनलंडच्या उत्तर टोकाला तेवढी रशियन फौजांनी प्रगती केली. जेमतेम चाळीस लाख लोकवस्तीच्या या राष्ट्राने वीस कोटी लोकवस्तीच्या व सगळ्या साधनांनी सुसज्ज असलेल्या मोठ्या राष्ट्राच्या सैन्याचा अनेक ठिकाणी पराभव केलेला पाहून फिनलंडच्या पराक्रमाचे सर्वत्र कौतुक होऊ लागले व रशियन फौजा कमकुवत असतील असा जगाचा समज झाला.

पण वस्तुस्थिती तशी नव्हती. रशियाने फिनलंडवर पहिल्या दर्जाचे सैन्य सुरुवातीला पाठविले नाही. जे सैन्य पाठविले ते शिकाऊ होते. फिनिश युद्धात त्या सैनिकांना भरपूर अनुभव मिळाला. ते सैन्य काढून घेऊन रशियाने नंतर आपले उत्कृष्ट सैन्य आणि रणगाडे यांच्यासह फिनलंडवर फेरचढाई केली. या चढाईस ता. २ मार्चला सुरुवात झाली. ता. ८ मार्चला या सैन्याने व्हिपुरी उपसागराचा उत्तर किनारा गाठला. त्यांनी फिनिश सैन्याला त्याच्या तटबंदीवरून सर्वत्र मागे रेटले. त्या सैन्यासमोर आपला निभाव लागणे कठीण आहे याची फिनिश सरकारला जाणीव झाली व त्याने रशियाशी तहाच्या वाटाघाटी करण्यासाठी एक शिष्टमंडळ मॉस्कोला पाठविले.

पूर्वी रशियाने कारेलियन संयोगभूमीचा अर्धा भाग मागितला होता, आता त्याने सबंध संयोगभूमी आणि फिनलंडमधून स्वीडनला जाणारा रस्ता मागितला. त्या मागण्या फिनलंडला मान्य करणे भाग पडले. हँगो बंदर आणि त्याच्या आजूबाजूचा प्रदेशही रशियाने फिनलंडकडून तीस वर्षांच्या कराराने भाड्याने घेतला. त्या नामुष्कीच्या मागण्या फिनिश सरकार मान्य करण्यास तयार नव्हते; पण फील्ड मार्शल मनरहिम यांनी आपल्या देशाला रशियाशी तह करण्याचा सल्ला दिला.

रशियाने फिनलंडवर स्वारी केलेली पाहून ब्रिटिश लोकांचा भयंकर संताप झाला. इंग्लंड फिनलंडच्या मदतीला सैन्य पाठविण्याचाही विचार

करीत होते; पण हे सैन्य नॉर्वेतून पाठवावे लागणार होते. त्याशिवाय दुसरा रस्ता नव्हता. नॉर्वे अर्थात् सैन्य नेण्यास रस्ता देणार नव्हते व त्यामुळे इंग्लंडला नॉर्वेही कदाचित घ्यावे लागणार होते. इतकेच नव्हे तर फिनलंडने शरणागती स्वीकारल्यावर देखील नॉर्वेवर स्वारी करण्याचे ब्रिटिश सरकार खलबत करीत होते; पण ब्रिटिशांपूर्वीच जर्मनी ती स्वारी करून मोकळा झाला. कदाचित इंग्लंडच्या स्वारीच्या बेताचा हिटलरला सुगावा लागला असावा. ता. ७ एप्रिलला हिटलरने नॉर्वेवर समुद्रमार्गे स्वारी केली. स्वारीवर निघालेले जर्मन आरमार ब्रिटिश टेहळणी विमानांनी पाहिले; पण ब्रिटिश आणि फ्रेंच आरमाराला जर्मन आरमारास विरोध करण्याचे धाडस झाले नाही.

नॉर्वेवर स्वारी करण्यापूर्वी जर्मनीने प्रथम डेन्मार्क घेतले. ते एक छोटे राष्ट्र असल्याने त्याच्यापाशी जर्मन फौजांचा प्रतिकार करू शकणारे मोठे सैन्य नव्हते आणि त्याने युद्धाचीही तयारी केली नव्हती. त्यामुळे जर्मन फौजांना तेथे कोणताच प्रतिकार झाला नाही.

नॉर्वेने मात्र थोडा प्रतिकार केला. ओस्लो खाडीमध्ये पाणसुरुंग टाकणाऱ्या 'ट्रिग्वायसन' या नावाच्या युद्धनौकेने 'एमेडन' या जर्मन क्रूझरची बरीच नासधूस केली. त्याने एक जर्मन विनाशिका किनाऱ्यापर्यंत नेली व पाणसुरुंग काढणारी एक युद्धनौका बुडविली. 'ओस्काबोर्ग' या किल्ल्यावरील तोफांनी 'ब्लुशर' या क्रूझरवर तोफा डागून ते बुडविले. ते क्रूझर पहिल्या प्रतीचे होते व ते दहा हजार टनी होते. तथापि, किनाऱ्यावर उतरलेल्या जर्मन सैन्याला नॉर्वेजियन सैन्याकडून विशेष प्रतिकार झाला नाही. त्यांनी नॉर्वेची राजधानी ओस्लो शहर ताबडतोब घेतले.

असे सांगतात की, नॉर्वेवर स्वारी करण्यापूर्वी जर्मनीने आपले गुप्त हेर सर्वत्र त्या देशात पेरून ठेवले होते. त्यांनी लष्करी शिबंद्यांना नॉर्वेजियन सरकारच्या वतीने बनावट संदेश पाठवून जर्मन लष्कराला प्रतिकार न करण्याचे हुकूम सोडले. ते हुकूम खरे मानून बऱ्याच नॉर्वेजियन शिबंद्यांनी जर्मन सैन्याला प्रतिकार केला नाही. काही शिबंद्यांना ते हुकूम मिळाले नसल्याने त्यांनी प्रतिकार केला. अशा शिबंद्यांमध्ये ओस्काबोर्गच्या किल्ल्यातील शिबंदी होती. त्या किल्ल्यातील शिबंदीला शस्त्रे खाली ठेवण्याचे ते बनावट हुकूम गेले असतील या

कल्पनेने ‘ब्लुशर’ हे क्रूझर त्या किल्ल्यापाशी गेले होते व त्यामुळेच ते तोफांच्या माऱ्यात सापडले. बेर्जेन येथील शिबंदीलादेखील जर्मन गुप्तहेरांचा हुकूम मिळाला नाही. त्या किल्ल्यातील तोफांनी एक हलके क्रूझर तोफा डागून जायबंदी केले. दुसऱ्या दिवशी ते क्रूझर पाण्यावर सुरकांडी मारणाऱ्या एका ब्रिटिश विमानाने बुडविले. ‘कार्लसरुह’ हे जर्मन क्रूझरदेखील असेच जायबंदी झाले होते. नंतर ते एका ब्रिटिश पाणबुडीने बुडवून टाकले. ‘नॉर्ग’ या नावाच्या किनाऱ्याचे रक्षण करणाऱ्या एका नॉर्वेजियन छोट्या युद्धनौकेने एक जर्मन विनाशिका नॉर्विकच्या बंदरानजीक बुडविली. अशा रीतीने नॉर्वेच्या मोहिमेत जर्मन आरमाराची खूप हानी झाली; पण त्याने त्याचबरोबर नॉर्वेचे आरमारही नष्ट करून टाकले. नॉर्वेचे सर्व विमानतळही जर्मनांच्या हातात पडले.

ब्रिटिश आरमाराने स्वारीवर जाणाऱ्या जर्मन आरमाराला जरी विरोध केला नसला, तरी जर्मन आरमारावर हल्ला करण्याच्या संधीची ते वाट पाहत होते. ता. १० एप्रिलला ब्रिटिश विनाशिकांच्या एका काफिल्याने नॉर्विक बंदरात शिरून तिथल्या जर्मन विनाशिकांवर हल्ला चढविला. ब्रिटिश विनाशिका पाच होत्या, तर जर्मन विनाशिका आठ होत्या. दुसरी महत्त्वाची गोष्ट म्हणजे जर्मन विनाशिकांच्या तोफा भारी होत्या. त्यांनी पहिल्या झटक्यात ‘हंटर’ ही ब्रिटिश विनाशिका बुडवून टाकली आणि ‘हार्डी’ ही विनाशिका जायबंदी केली. ब्रिटिश विनाशिकांनीही एक जर्मन विनाशिका बुडविली व तिघींना आग लावून दिली. त्याशिवाय अर्धा डझन पुरवठा बोटींनाही त्यांनी समुद्राचा तळ दाखविला. ती आरमारी लढाई सतत चार दिवस चालली.

चौथ्या दिवशी म्हणजे १३ एप्रिलला ब्रिटिश आरमाराच्या मदतीला ‘वॉरस्पाइट’ ही युद्धनौका येऊन दाखल झाली. तिने उरलेल्या सात जर्मन विनाशिकांचा फडशा पाडला. ब्रिटिश पाणबुड्यांनी व सागरी विमानांनी जर्मन पुरवठा जहाजांवर अविरत हल्ले चढविले. एप्रिल महिनाअखेर त्यांनी एक लक्ष टनाची जर्मन जहाजे बुडविली; पण असे असूनदेखील त्याच काळात नॉर्वेमध्ये साठ हजार जर्मन सैन्य उतरले.

जर्मन स्वारी होताच नॉर्वेचा राजा ओस्लोहून निसटला व एलव्हेर्सन येथे आला. तेथे त्याने एक मुलाखत दिली. नॉर्वेच्या सरकारने जर्मनांशी सहकार्य करू इच्छिणाऱ्या दुसऱ्या सरकारसाठी आपल्या सरकारचा

राजीनामा देण्याची इच्छा दर्शविली. जर्मनांनी मेजर विड्किन किस्लिंग याचे पंतप्रधानपदासाठी नाव सुचविले. किस्लिंग हा हिटलर आणि त्याचा परराष्ट्रमंत्री रिबेन्ट्रॉप या दोघांच्या खास विश्वासातला होता. त्याला पंतप्रधान म्हणून नेमण्याऐवजी आपणास राज्यत्याग करणे अधिक सोयीचे होईल असे नॉर्वेचे राजे हाकॉन यांनी जाहीर केले. नंतर नॉर्वेच्या सरकारने शेवटपर्यंत लढण्याची घोषणा केली.

खुष्कीच्या मार्गे नॉर्वेजिअनांना जर्मनीशी लढणे अशक्य होते आणि समुद्रमार्गे लढायचे झाल्यास ते इंग्लंडच्या मदतीवर अवलंबून होते. ट्रॉनढेइम हे बंदर सैन्य उतरविण्यास चांगले होते. त्या बंदरावर दोस्तांनी आरमारी आणि हवाई असे संयुक्त हल्ले चढविण्याचा बेत आखला. त्या मोहिमेची प्राथमिक तयारी म्हणून आन्डालस्नेस आणि नाम्सोज या दोन छोट्या मच्छिमारी बंदरांत सैन्य उतरायचे होते. तो डाव चांगला होता; कारण ट्रॉन्ढेइम् बंदरात जर्मनांनी अवघे चार हजार सैन्य उतरविले होते व नॉर्वेजिअनांच्या प्रतिकारामुळे त्यांना दक्षिणेकडून कुमक मिळणे अशक्य झाले होते.

अखेर हो ना करता दोस्तांनी ता. १६ एप्रिलला नाम्सोज बंदरात सैन्य उतरविले. तदनंतर आन्डालस्नेस बंदरात १८ एप्रिलला आणि त्याच्यापुढे नॉर्विक बंदरांतही त्यांनी सैन्य उतरविले; पण त्यांनी ट्रॉनढेइमवरील हल्ल्याचा बेत सोडून दिला; कारण त्यांच्याजवळ जर्मनांशी लढा देण्याइतकी पुरेशी विमाने नव्हती. विमानाचे पाठबळ नसल्याकारणाने जे दोस्त सैन्य दोन-तीन ठिकाणी उतरले होते ते विशेष प्रगती करू शकले नाही. जर्मनांनी त्या सैन्याला मागे रेटण्यास सुरुवात केली. जर्मनांचे दडपण असह्य झाल्याने दोस्तांनी अखेर मध्य नॉर्वेतून आपले सैन्य काढून घेतले. त्यांची फारशी हानी झाली नाही; मात्र त्यांचे तीनशे ते चारशे सैनिक जर्मनांच्या हातात पडले.

उत्तरेकडील लढा चालूच राहिला. तो नॉर्विक भागापुरता मर्यादित होता. त्या मोहिमेत ब्रिटिश, फ्रेंच, पोलिश आणि नॉर्वेजियन सैन्याने भाग घेतला होता. तेथे दोस्तांनी एक विमानतळ काबीज केल्याने आपल्या सैन्याला हवाई संरक्षण देणे त्यांना शक्य झाले. नॉर्विक भागात दोस्तांनी जोर केल्याने जर्मन सैन्याला स्वीडनच्या दिशेने माघार घ्यावी लागली. त्यांच्यासमोर शरणागती किंवा माघार हे दोनच पर्याय होते.

पण त्याच वेळी फ्रान्समध्ये आणीबाणीची परिस्थिती निर्माण झाल्याने मध्य नॉर्वेतील जर्मन फौजांची शरणागती टळली. दोस्तांना दोन ठिकाणी लढाई चालू ठेवणे परवडण्यासारखे नव्हते, म्हणून त्यांनी नॉर्विकमधून सैन्य काढून घेतले. त्या सैन्याबरोबर नॉर्वेचा राजा आणि राजघराण्यातील माणसे इंग्लंडला आली. ती माघार इंग्लंडला फार महागात पडली. जर्मन विमानांनी इंग्लंडची 'ग्लोरिअस' ही विमानवाहू बोट, 'आकस्टा' आणि 'आर्डेंट' या दोन विनाशिका आणि 'ओराम' ही उतारू बोट बॉम्बहल्ले करून बुडविली.

नॉर्वेची मोहीम अयशस्वी झाल्याने इंग्लंडची इभ्रत कमी झाली; याच्या उलट जर्मनांची इभ्रत वाढली. इंग्लंडमध्ये लोकांनी सरकारवर टीकेची अगदी झोड उठवून दिली. तथापि, इंग्लंडने जरी नॉर्वेतून माघार घेतली असली, तरी तिथल्या जर्मन हालचालींवर त्याचे लक्ष होते. इंग्लंडचे गुप्तहेर व एस.ओ.ई.ची (Special Operation Executive) माणसे नॉर्वेमध्ये संचार करीत होती.

एस.ओ.ई. ही संघटना इंग्लंडमध्ये दुसऱ्या महायुद्धाच्या सुरुवातीस स्थापन झाली. १९४०मध्ये ह्यू डाल्टन हे त्या संघटनेचे प्रमुख होते. या संघटनेतील सैनिकांनी फ्रान्स, बेल्जियम, हॉलंड, नॉर्वे, डेन्मार्क व ग्रीसमध्ये मोठी कामगिरी बजावली. वीज केंद्रे, वीजपुरवठा, मदत केंद्रे, जर्मनव्याप्त प्रदेशांत जर्मन युद्धप्रयत्नांना मदत करणारे कारखाने, खाणी, रेल्वे उडवून देणे, धरणे फोडून प्रदेश जलमय करणे, जहाजे बुडविणे अशी अनेकविध धाडसाची कामे पार पाडण्याची कामगिरी एस.ओ.ई. सैनिकांवर सोपविण्यात येई.

या सैनिकांनी क्रीट बेटातून तिथल्या जर्मन सैन्याच्या सेनापतीस पळविले. गोथेल्बर्ग येथून बॉलबेरिंगनी भरलेले एक विमान आणि पाच बोटी पंचवीस हजार टन पोलादासह इंग्लंडला पळविल्या. युगोस्लाव्हियामध्ये त्यांनी जर्मनविरोधी राज्यक्रांतीही घडवून आणली. डॅन्यूब नदीच्या प्रवाहात दोन जहाजे बुडवून सतत दोन महिनेपर्यंत त्या नदीतील वाहतूक बंद पाडली; पण त्यांची सर्वांत मोठी कामगिरी ही नॉर्वेतील होय. जर्मन अणुशास्त्रज्ञ नॉर्वेमध्ये अणुबॉम्बचे संशोधन करीत होते. तेथे अणु-संशोधनाला आवश्यक असलेले जड पाणी बनविण्याची यंत्रे होती ती प्लँट्स एस.ओ.ई.च्या हस्तकांनी उद्ध्वस्त केल्याने जर्मन

शास्त्रज्ञांना अणुबॉम्बचा शोध लवकर लावता आला नाही.

नेव्हिल चेंबरलेन यांचा राजीनामा

फिनलंडमध्ये रशियाचा जो विजय झाला तो ब्रिटिश लोकांना आवडला नाही. त्यांची अशी समजूत झाली की, इंग्लंडने फिनलंडच्या मदतीला जाण्याचे आपले कर्तव्य बजावले नाही. त्यामुळे पंतप्रधान सर नेव्हिल चेंबरलेन यांच्यावर टीकास्त्र सुरू झाले. कॉमन्समध्ये त्यांनी आपल्या धोरणाचे समर्थन करण्याचा प्रयत्न केला. मजूर आणि उदारमतवादी पक्षाच्या सभासदांनी त्यांची गय केली; पण हॅरॉल्ड मॅक्मिलन आणि रिचर्ड लॉ या दोन हुजूरपक्षीय सभासदांनी त्यांच्यावर प्रखर टीका केली. ता. ३ एप्रिलला सरकारची पुनर्घटना करण्यात आली; पण त्याने सरकारची इभ्रत वाढली नाही.

ब्रिटनने फिनलंडला सैन्य धाडले नाही, हे एकपरीने चांगले झाले, असे लोक नंतर म्हणू लागले. त्या मोहिमेमुळे रशियाच्या मनात इंग्लंडविषयी अढी निर्माण झाली असती व हिटलरचा पराभव करण्याच्या कामी ती दोन्ही राष्ट्रे निकट आली नसती. दुसरी गोष्ट अशी की, इंग्लंडने फिनलंडमध्ये सैन्य पाठविल्यास त्या सैन्याला रसद पाठविणे इंग्लंडला कठीण गेले असते. तिसरी गोष्ट म्हणजे इंग्लंडची बरीच मोठी फौज तेथे अडकून पडली असती; पण असे असूनदेखील केवळ इभ्रतीसाठी म्हणून इंग्लंडने फिनलंडला सैन्य पाठवायला हवे होते असे म्हणणारा एक मोठा वजनदार वर्ग इंग्लंडमध्ये होता. त्या वर्गात खुद्द सरकार पक्षाचेच लोक अधिक होते.

ही लोकांची टीका चेंबरलेन यांना फार झोंबली आणि त्यांनी १९४०मध्ये मे महिन्याच्या १० तारखेला आपल्या सरकारचा राजीनामा दिला. त्याच दिवशी हिटलरने हॉलंड आणि बेल्जियम या दोन्ही देशांवर स्वारी केली होती. तो राजीनामा इंग्लंडच्या राजेसाहेबांनी लगेच स्वीकारला व चर्चिल यांना सरकार बनविण्यास पाचारण केले. असे सांगतात की, चेंबरलेननी राजीनामा दिल्यास चर्चिल यांनी मंत्रिमंडळ बनवावे, हे अगोदरच ठरलेले होते.

नवीन सरकार संमिश्र होते. त्यात इंग्लंडमधल्या सर्व पक्षांच्या सभासदांनी भाग घेतला. फिनिश मोहिमेमुळे फ्रान्समध्येही तिथले सरकार

गडगडले; पण नवीन मंत्रिमंडळात जसे मावळते पंतप्रधान दालादिए यांना घेण्यात आले, तसे चर्चिलनी चेंबरलेनना आपल्या मंत्रिमंडळात घेतले नाही. ता. २९ मार्चला फ्रान्सचे नवीन पंतप्रधान रेनॉ हे दोस्तांच्या वरिष्ठ युद्धमंडळाच्या बैठकीस लंडन शहरी आले. त्या वेळी दोन्ही देशांनी परस्परांच्या संमतीशिवाय हिटलरशी पृथक पृथक तह करायचा नाही असे ठरले. त्या दरम्यान इकडे हिटलरही गप्प बसून नव्हता. ता. १८ मार्चला त्याची आणि मुसोलिनीची ब्रेनर खिंडीत भेट झाली होती. त्या भेटीत हिटलरने मुसोलिनीस युद्धप्रवेश करण्यास प्रवृत्त केले; पण मुसोलिनीने दोस्तांशी ताबडतोब युद्ध पुकारले नाही. त्याचे कारण हे की, इटलीने युद्धात पडू नये अशा मताचा एक वजनदार गट इटलीत होता. खुद्द मुसोलिनीचा जावई कौंट सियानो हा त्या गटाचा एक नेता होता.

त्या वेळी अमेरिकेच्या धोरणातही विशेष बदल झाला नाही. रशियाने फिनलंडवर आणि जर्मनीने नॉर्वेवर स्वारी केल्याने अमेरिकन जनता त्या दोन्ही देशांवर संतप्त झाली. खुद्द प्रेसिडेंट रुझवेल्ट, अमेरिकेने युद्धात प्रवेश करून दुष्ट नाझींना धडा शिकवावा या मताचे होते; पण काँग्रेसची अद्याप तशी तयारी झाली नव्हती.

❖

४.

हॉलंड-बेल्जियमवरील स्वारी

१९४०च्या एप्रिल महिन्यात डच आणि बेल्जियम सरहद्दीवर जर्मन सैन्याची मोठ्या प्रमाणात हालचाल सुरू झाली. मेच्या ७ तारखेला हॉलंडला बातमी कळली की, जर्मन फौजा त्याच्यावर स्वारी करणार असून, ती स्वारी कोणत्याही क्षणी होऊ शकेल. ती बातमी मिळताच हॉलंडच्या तोंडचे पाणीच पळाले. सगळीकडे धावपळ सुरू झाली. सैनिकांच्या रजा रद्द करण्यात आल्या आणि लष्करभरतीचा हुकूम जारी झाला.

बेल्जियमनेही लष्करभरती सुरू केली; पण ही दोन्ही राष्ट्रे हिटलरच्या

अजस्त्र युद्धयंत्राचा यशस्वीपणे प्रतिकार करू शकत नव्हती. तथापि, त्यांनी आपले लष्कर सज्ज करून आपल्या कुवतीप्रमाणे जर्मन सैन्याचा प्रतिकार करण्याचा निर्धार केला. १९१४ प्रमाणे जर्मनीने फ्रान्सवर उत्तरेकडून हल्ला केला होता, त्याचीच पुनरावृत्ती या वेळीही व्हायची होती. त्या वेळी जर्मनी हॉलंडच्या वाटेला गेला नव्हता; पण या वेळी त्याने बेल्जियमबरोबर हॉलंडचाही फडशा पाडण्याचे ठरविले. हॉलंडपाशी आठ लष्करी तुकड्या आणि किल्ल्यातील सैन्य होते. त्याची शस्त्रे जुनीपुराणी होती आणि सैन्याला शिक्षणही चांगले नव्हते. जर्मन स्वारीच्या भीतीने त्यांनी थोडी कवायत केली असेल तेवढीच. हॉलंडची संरक्षणपद्धती जुन्या काळच्या कालव्यांचे बंधारे फोडून प्रदेश जलमय करण्याच्या योजनेवर आधारलेली होती. त्याची पहिली भक्कम संरक्षक फळी इंजस्सेल आणि मास या दोन नद्यांच्या दरम्यान होती. हा देश जलमय केला असता तर जर्मन आक्रमणाला पायबंद बसणार होता; पण वेळ भरपूर असला तरच ते शक्य होते. या फळीला 'झुइडेर जल-रेषा' (Zuiider Water Line) हे नाव होते. त्यापुढच्या पुराला 'हॉलंड किल्ला' हे नाव होते. त्याच्या संरक्षणामध्ये ॲमस्टरडॅम, रॉटर्डम आणि हेग या तीन मोठ्या शहरांचा समावेश होत होता. या संरक्षक फळ्या चांगल्या होत्या; पण त्यांना सैन्याचे जे पाठबळ हवे होते ते मात्र हॉलंडपाशी नव्हते.

बेल्जियम सैन्य डच फौजांहून किती तरी पटींनी बलाढ्य होते. त्याच्यापाशी पंधरा लष्करी तुकड्या होत्या. त्यांची शस्त्रसामग्रीही अद्ययावत होती. हवाई दलात दोनशे विमाने होती. अधिकाऱ्यांचे शिक्षण डच अधिकाऱ्यांहून चांगले होते. आल्बर्ट कालवा ही संरक्षणाची मुख्य फळी होती. हा कालवा अँटवर्प शहरापासून मॅज नदीपर्यंत जात होता. त्याच्यापलीकडे दक्षिणेस लिएजच्या किल्ल्यांची संरक्षक फळी होती. हे किल्ले अत्यंत बलाढ्य म्हणून त्यांची ख्याती होती. त्यांच्या दक्षिणेस लुक्सांबूरपर्यंत आणखी एक संरक्षक फळी होती. त्याशिवाय आणखी एक फळी अँटवर्पपासून नामूर शहरापाशी मॅज आणि सांब्र या दोन्ही नद्यांच्या संगमापर्यंत जात होती. तिथून पुढे फ्रेंच हद्दीपर्यंत मासची खिंड पसरलेली होती.

डच आणि बेल्जियम संरक्षण योजनेमध्ये दोन्ही देशांचे सहकार्य

नव्हते. आलबर्ट कालवा आणि झुइडेर जलरेषा या दोन्हीमध्ये तीस मैलांचे अंतर होते. त्या टापूंमध्ये जर्मनांना आपले सैन्य घुसवून दोन्ही राष्ट्रांना एकमेकांपासून अलग करता येत होते. हॉलंड आणि बेल्जियमवरील संयुक्त हल्ल्यास मेच्या ता. १०ला पहाटेस सुरुवात झाली. तत्पूर्वी त्या दोन्ही देशांना जर्मनीने आपल्या त्या देशांतील वकिलांमार्फत शरणागतीच्या मागणीचे खलिते सादर केले होते व ते देश आपणाला का व्यापावे लागत आहेत ते एका कैफियतीत स्पष्ट केले होते. त्या तंत्राचा उपयोग हिटलरने नॉर्वेवरील स्वारीच्या वेळीही केला होता. त्या दोन्ही देशांनी जर्मन लष्कराला आपल्या भूमीवर अविरोध प्रवेश दिल्यास त्यांच्या हक्कांचे रक्षण करण्याचे अभिवचन देण्यात आले होते.

जर्मन सैन्याच्या 'विद्युत्' चढाईसमोर डच आणि बेल्जियम फौजा टिकाव धरू शकल्या नाहीत. जर्मनांनी त्यांच्या फळ्यांचा भेद अगदी लीलेने केला; पण तत्पूर्वी त्यांना दोन्ही देशांच्या सैन्याशी निकराचा लढा द्यावा लागला. ता. १४ मे रोजी जर्मन विमानांनी रॉटरडॅम शहरावर भयंकर बॉम्बवृष्टी केली. त्या बॉम्ब्समध्ये आगलावे आणि स्फोटक बॉम्बही होते. त्याच दिवशी डच फौजांनी शरणागती पत्करली. जवळ जवळ ऐंशी हजार डच सैन्य ठार किंवा जखमी झाले. काही सैन्य समुद्रमार्गे निसटले; पण बाकीचे जर्मनांच्या हाती पडले.

ती शोकान्तिका चालू असता ब्रिटिश आरमार डच लष्करी उद्दिष्टावर तोफा डागून ती उद्ध्वस्त करण्याचे कार्य पार पाडण्यात गुंतले होते. ती उद्दिष्टे जर्मनांच्या हाती पडल्यास जर्मनांना त्यांचा मोठा उपयोग होणार होता. अशा उद्ध्वस्त केलेल्या उद्दिष्टांत ॲमस्टरडॅम शहरातील तेलाची टाकी होती. ब्रिटिश युद्धनौकांनी हॉलंडची राणी विलेमिना, राजकन्या ज्युलियाना व तिची मुले यांना हॉलंडबाहेर काढून सुरक्षितपणे इंग्लंडला नेले.

अँग्लो फ्रेंचांची बेल्जियमच्या मदतीस जाण्याची योजना होती. फ्रेंचांच्या आठ आणि इंग्लंडच्या दहा तुकड्या उत्तरेस होत्या. त्याशिवाय 'माजिनो' तटबंदीवर फ्रेंच सैन्य होते ते वेगळेच. या दोस्त सैन्यावर उत्तरेकडून ऐंशी जर्मन तुकड्या चाल करून येत होत्या. त्याशिवाय त्यांच्या तीस राखीव तुकड्या होत्या त्या वेगळ्याच. ब्रिटिशांपाशी एकही चिलखती तुकडी नव्हती. फ्रेंचांपाशी मात्र चार होत्या. जर्मनीपाशी

आठ चिलखती आणि सहा यांत्रिक तुकड्या होत्या. त्यात हलक्या रणगाड्यांचा अंतर्भाव झालेला होता. जर्मन विमानेही दोस्त विमानांहून तिप्पट होती. जर्मन फौजांनी आपल्या हवाई दलांशी बिनतारी संदेश पद्धतीने दळणवळण ठेवले होते. तशी व्यवस्था दोस्तांपाशी नव्हती. जर्मन विमानदलात खाली येऊन बॉम्ब टाकणारी विमाने होती आणि जर्मन वैमानिकही धाडसी होते.

जर्मन फौजांनी पहिल्या महायुद्धाप्रमाणे फळीवर लढण्याची पद्धत टाकून दिली होती; कारण त्या पद्धतीने सैन्याच्या झटपट हालचालीत व्यत्यय येत होता. जर्मन फौजांमध्ये चिलखती आणि यांत्रिक तुकड्या असल्याने त्या तुकड्या शत्रूला कुठेही धडक मारून पुढे जाऊ शकत होत्या. असे यांत्रिक आणि चिलखती सैन्य पहिल्या महायुद्धात अस्तित्वात नव्हते.

जर्मन फौजा बेल्जियममध्ये शिरताच उत्तरेकडील दोस्त सैन्य बेल्जियम सैन्याच्या मदतीस निघाले. त्यांना जर्मन विमानांकडून विरोध झाला नाही; कारण त्यांना विरोध करण्याची जर्मनांची इच्छा नव्हती. दोस्तांचे बिनीचे सैन्य ता. ११ मे रोजी त्यांच्या ठाण्यांवर जाऊन पोहोचले. त्या दरम्यान बेल्जियम फौजांनी मॅज आणि आल्बर्ट कालव्यावरील काही महत्त्वाची ठाणी गमावली होती. ता. १२ मे रोजी पाच ब्रिटिश बॉम्बफेक्या विमानांनी मास्ट्रिच पुलावर हल्ला करून तो पूल मोडून टाकला. त्या विमानांपैकी एकच विमान सुरक्षित परतले; बाकीची चार जर्मनांनी पाडली; पण ब्रिटिश विमानांचा पराक्रम आणि त्याग फुकट गेला; कारण आल्बर्ट कॅनल फळी त्यापूर्वीच जर्मनांच्या हातात पडली होती.

१९४०चा १४ मे हा दोस्त राष्ट्रांचा दुसऱ्या महायुद्धाच्या पहिल्या पर्वातील सुतकाचा दिवस होय; कारण त्या दिवशी जर्मन फौजा दोस्त फळीचा भंग करून फ्रान्समध्ये शिरल्या.

आर्देन्स भागातील फळीचे रक्षण करण्यासाठी ज्या नवव्या फ्रेंच सेनेला ठेवण्यात आले होते, ती फ्रेंच सैन्यातील एक कमकुवत अशी सेना होती. चांगले फ्रेंच सैन्य माजिनो तटबंदीवर असल्याने महत्त्वाच्या फळीचे रक्षण अशा दुबळ्या सैन्याच्या हाती सोपविणे दोस्तांना भाग पडले होते. जर्मन सेनापती जनरल रुंडस्टेड्ट याने सेदां आणि नामूर

यांच्या दरम्यान मुसंडी मारून त्या फळीचा भेद केला. एखादा बंधारा फुटून पाण्याचा लोंढा बाहेर पडावा त्याप्रमाणे जर्मन सैन्य एकदम पुढे निघाले. फ्रेंच फौजांना त्या सैन्यास प्रतिबंध करता आला नाही. त्या सैन्याने मॅज नदी ओलांडून सपाटीच्या प्रदेशात प्रवेश केला. तेथे त्यांना प्रतिकार असा कुठेच झाला नाही.

जर्मन विमानांनी छोट्या बेल्जियम हवाई दलाचा फडशा केव्हाच पाडला होता व फ्रेंच विमानांनाही पिटाळून लावले होते. ब्रिटिश विमानांनी मात्र थोडा पराक्रम गाजविला. त्यांनी जर्मनांची अनेक विमाने पाडली. जर्मनांनी त्यांची जी विमाने पाडली त्यांच्यापेक्षा ब्रिटिश विमानांनी पाडलेली जर्मन विमाने अधिक होती. ब्रिटिश विमानांना इंग्लंडहून आणखी कुमक आली होती. त्या चार तुकड्या होत्या. त्यातील तीन तुकड्या फ्रेंच हवाई दलात समाविष्ट करण्यात आल्या.

डचांची शरणागती आणि जर्मनांनी दोस्तांच्या आर्देन्स फळीचा केलेला भेद बुजवून टाकण्यासाठी सातव्या फ्रेंच सेनेला तिकडे पाठविण्यात आले होते; पण तिला ते काम साध्य झाले नसल्याने तिला व्हालांसिएनपर्यंत माघार घेण्याचा हुकूम झाला; मात्र एक सेनाविभाग उंच किनारपट्टीचे रक्षण करण्यासाठी शेल्डटच्या दक्षिणेस राहिला. दोस्तांची फ्लँडर्समध्ये जी ससेहोलपट झाली तिचा दोष काही बाबतीत फ्रेंच सेनापतींकडे जातो. त्यांचा कारभार सुस्तीचा होता. त्यांचे हुकूम बरोबर नसत. तसेच त्यांचे मार्गदर्शनही जुन्या पद्धतीचे होते. जर्मन फौजांच्या आधुनिक विद्युतचढाईचे दर्शन त्यांना प्रथमच होत होते व त्यामुळे ते भांबावूनही गेले होते. बरे, ब्रिटिश फौजा फ्रेंच सेनापतींच्या आधिपत्याखाली असल्याने त्यांना स्वतंत्रपणे लष्करी हालचाली करता येत नव्हत्या. उदाहरणार्थ, बेल्जियममधील दोस्त फौजांची स्थिती भयंकर धोक्याची होती. जर्मनांकडून त्यांचा निःपात केव्हा होईल त्याचा नेम नव्हता.

पण असे असूनदेखील त्या फौजांना माघारीचा हुकूम होईना. ब्रिटिश सेनापती लॉर्ड गोर्ट यांनी जेव्हा ती गोष्ट बेल्जियममधील दोस्त सैन्याचे फ्रेंच सेनापती जनरल बिलोत्र याच्या निदर्शनास आणली, तेव्हाच त्यांनी त्या फौजांना माघार घेण्याचा हुकूम केला. त्या हुकुमाप्रमाणे दोस्त फौजांनी ब्रुसेल्स आणि अँटवर्प ही शहरे खाली करून माघार घेतली. पुन्हा सैन्याची हालचाल रात्रीची करावी लागली.

ता. १७ मे रोजी दुपारपर्यंत मॅज नदीवरील फ्रेंच संरक्षण फळीचे खिंडार साठ मैल रुंद झाले. जर्मन चिलखती तुकड्यांनी त्या खिंडारातून सां कांतांच्या दिशेने धडक मारण्यास सुरुवात केली. बेल्जियम आणि फ्रान्समधील रस्ते निर्वासितांनी गजबजून गेल्याने सैन्याच्या हालचालींमध्ये व्यत्यय येत होता. आता परिस्थिती आटोक्याबाहेर गेली होती म्हणून ब्रिटिशांनी उत्तर बेल्जियममध्ये अडकून पडलेल्या आपल्या फौजा ता. १६ मेच्या रात्री जलमार्गे काढून घेण्यास सुरुवात केली. ता. १८ मेपर्यंत माघार पूर्ण झाली. त्या दरम्यान जर्मन फौजा सां कांतां आणि लियाँ या दोन्ही शहरांच्या परिसरात येऊन पोहोचल्या होत्या.

ता. १८ मे रोजी फ्रेंच पंतप्रधान रेनॉ यांनी संरक्षण खाते आपल्या हातात घेतले व वयोवृद्ध मार्शल पेताँ यांना युद्धमंडळाचे अध्यक्ष नेमले. दुसऱ्या दिवशी रेनॉनी सरसेनापती जनरल गामेलांना काढून टाकून जनरल वैगां यांची त्यांच्या जागी नेमणूक केली. परिस्थिती अत्यंत आणीबाणीची होती. जर्मन चढाई एवढी तुफानी होती की, तिला तोंड कसे द्यावे तेच फ्रेंच फौजांना कळेनासे झाले होते. उत्तरेकडे बेल्जियम फौजांची फळी कोसळून पडण्याच्या बेताला आली होती. फक्त ब्रिटिश फौजांचा प्रतिकार तेवढा चिवट होता. त्यांचे नैतिक बलही अजून टिकून होते; पण या ठिकाणी एक गोष्ट ध्यानात ठेवली पाहिजे ती ही की, जर्मनांनी बेल्जियम आणि फ्रेंच फौजांवर जी आग ओतली तेवढी आग त्यांनी ब्रिटिश फौजांवर ओतली नव्हती.

ब्रिटिश सरकारने ठरविले होते की, ब्रिटिश सेनांनी दक्षिणेकडे हलावे; कारण त्या अलग पडण्याचा धोका होता; पण लॉर्ड गोर्ट हे त्या गोष्टीस तयार नव्हते; कारण आता ब्रिटिश फौजांवर माघार घेण्याची पाळी आली होती. जर्मन फौजांनी सोम नदीच्या पलीकडे प्रवेश केला होता. तरीही लॉर्ड गोर्ट यांनी एक शेवटचा प्रयत्न करून पाहिला. एक चिलखती उपतुकडी आणि दोन तुकड्या यांच्यासह त्यांनी जर्मनांवर प्रतिहल्ला चढविला. या प्रतिहल्ल्यात ब्रिटिश फौजांना फ्रेंच फौजांकडूनही अंशतः मदत झाली. ती चढाई बरीच यशस्वी झाली. ब्रिटिशांनी जर्मनांची जबरदस्त हानी केला; पण तो विजय मिळवूनदेखील त्याचा काही उपयोग झाला नाही; कारण आरास भागातील परिस्थिती एकदम बिघडली. शत्रूकडून घेरले जाण्याचा धोका निर्माण होताच लॉर्ड गोर्टनी

ता. २३ मे रोजी सैन्याला माघार घेण्याचा हुकूम केला.

जर्मन फौजा किनाऱ्यापर्यंत येऊन पोहोचल्या होत्या. ब्रिटिश सैन्याने काले आणि बुलोन या दोन्ही बंदरांत शिबंद्या ठोकल्या. बुलोनमधील शिबंदी त्यांनी रात्रीच्या अंधारात काढून घेतली. जर्मन फौजांनी आमियां शहराच्या पलीकडे सोम नदीवर पूल टाकल्याने डच किनारपट्टीत असलेल्या ब्रिटिश, फ्रेंच आणि बेल्जियम फौजा अलग पडल्या. ब्रिटिशांचेही दळणवळण जर्मनांनी तोडले. फक्त दक्षिण फळी तेवढी सुरक्षित होती.

फ्रेंच फौजांचे नवीन सरसेनापती जनरल वैगां यांची योजना मोठ्या प्रमाणात प्रतिचढाई करण्याची होती. ती चढाई काही दिवस अगोदर करता आली असती; पण आता ती अव्यवहार्य होती; पण तरीही फ्रेंच फौजांनी मर्यादित स्वरूपात सोम भागात दक्षिणेकडून प्रतिचढाई केली. ती चढाई काही अंशी सफल झाली. या बगलेवर हाव्र बंदरांत उतरलेली पहिली ब्रिटिश चिलखती तुकडी आणि सार प्रांतात पाठविण्यात आलेली एक्कावन्नावी ब्रिटिश तुकडी होती.

ब्रिटिश सैन्य आणि पहिली फ्रेंच सेना यांनी लीस नदीवर दुसरी माघार घेतली. ती माघार चालू असताच बेल्जियमचे राजे लियोपोल्ड यांनी ता. २७ मे रोजी मध्यरात्री शरणागती स्वीकारली. त्या शरणागतीमुळे दोस्तांची डावी बगल उघडी पडली. जर्मन रणगाडे दल द्रुतगतीने खाली सरकू लागले. ते सैन्य डंकर्क भागात येऊन पोहोचले असते तर तिथल्या दोस्त फौजा त्यांच्या हातात पडल्या असत्या. त्या संकटाचे ब्रिटिश फौजांचे सैनापती लॉर्ड गोर्ट यांना ताबडतोब आकलन झाले व त्यांनी यत्किंचितही वेळ न गमावता डंकर्क आणि निर्यपोर्ट यांच्याभोवती संरक्षक फळी उभारली. त्या फळीच्या रक्षणाखाली ब्रिटिश आणि दोस्त फौजांनी डंकर्क बंदरातून इंग्लंडकडे पळ काढण्यास सुरुवात केली. जर्मन विमानांनी बॉम्बवृष्टी करून बंदर निरुपयोगी करून टाकले होते, त्यामुळे किनाऱ्यावर तात्पुरते धक्के उभारून सैनिकांना जहाजांवर घ्यावे लागले.

त्या वेळी कालव्याच्या पलीकडे ब्रिटिश नाविक खाते मिळतील तितक्या बोटी डंकर्कला पाठविण्यात गुंतले होते. पंतप्रधान चर्चिल आणि त्यांच्या निकटवर्ती सल्लागारांचा असा अंदाज होता की, जास्तीतजास्त

तीस ते चाळीस हजार सैन्य फ्रान्समधून इंग्लंडला परत आणणे शक्य होईल. बाकीचे सैन्य जर्मनांच्या हातात पडेल. ब्रिटिश नाविक खात्याने मोठी शिकस्त करून आठशे सत्त्याऐंशी बोटी गोळा केल्या. त्यातील दोनशे बावीस युद्धनौका, एक्याण्णव उतारूवाहू जहाजे अथवा व्यापारी जहाजे आणि बाकीच्या सर्व प्रकारच्या इतर होड्या होत्या. लाँच बोटी आणि मासेमारी बोटीदेखील त्यात होत्या.

जनरल गोर्ट यांनी नियॅपोर्ट आणि डंकर्क या दोन्ही बंदरांभोवती जी संरक्षणाची फळी उभारली होती, तिचा केव्हाही भेद करता येण्यासारखा होता. जर्मनांनी जर तिच्यावर आपले रणगाडे घातले असते, तर ती फळी कोलमडून पडण्यास उशीर लागला नसता; कारण त्या रणगाड्यांचा प्रतिकार करण्यासारखे फारच थोडे रणगाडे आणि रणगाडेविरोधी तोफा त्या वेळी इंग्रंजांपाशी होत्या. जर्मन विमानांनी तर त्यांचा पिच्छाच पुरविला होता. ब्रिटिश आणि दोस्त फौजा त्या भयंकर संकटात असल्याचे पंतप्रधान चर्चिलना कळले तेव्हा त्यांनी मनात खूणगाठ बांधली की, लवकरच आपणास एका मोठ्या शोकान्तिकेचे पार्लमेंटमध्ये निवेदन करावे लागेल; पण चर्चिलच्या अथवा इंग्लंडच्या सुदैवाने म्हणा, तशी भयंकर शोकान्तिका घडली नाही.

डंकर्कमधून माघार घेत असता ब्रिटिशांना जर्मन विमानांनी झोडपण्यास सुरुवात केली होती; पण इंग्लंडहून येणाऱ्या ब्रिटिश विमानांनी त्यांना चांगलीच टक्कर दिली. शिवाय हवाई विमानांनीही जर्मन विमानांच्या हल्ल्यांना तोंड दिले. ता. २७ मे पासून नंतरच्या चार दिवसांत ब्रिटिश लढाऊ विमानांनी एकशे एकोणऐंशी जर्मन विमाने डंकर्क भागात खाली पाडली. त्या हवाई लढाईत ब्रिटिशांची अवघी एकोणतीस विमाने कामास आली. ब्रिटिशांच्या सात विनाशिका, एक पाणसुरुंग काढणारी बोट आणि इतर वीस बोटी जर्मन विमानांनी बुडविल्या. ही हानी अर्थात क्षुल्लकच म्हटली पाहिजे. फ्रेंच आरमाराची हानीदेखील तेवढीच झाली.

डंकर्क आणि नियॅपोर्टभोवतालच्या ब्रिटिश फळीचा भेद करण्याचा जर्मनांनी अनेकदा प्रयत्न केला; पण त्यात त्यांना यश आले नाही. फ्रान्समधील शेवटची ब्रिटिश तुकडी ता. २ जूनला डंकर्कहून निघाली. मे. जनरल अलेक्झांडर हे त्या तुकडीचे सेनापती होते. एकूण तीन लक्ष

पंचाहत्तर हजार ब्रिटिश आणि दोस्त सैन्य डंकर्कमधून काढून घेण्यात आले. या सैन्याला आपले सर्व भारी युद्धसाहित्य मागे ठेवावे लागले. ब्रिटिशांनी पहिल्या महायुद्धात डार्डानेल्समधून माघार घेतली. त्या माघारीपेक्षा ही माघार मोठी होती व ती कल्पनातीत यशस्वी झाली.

जर्मन सैन्याने एकाच झपाट्यात बेल्जियम आणि हॉलंड यांचा पाडाव करून उत्तर फ्रान्स कसे घेतले त्याचे आश्चर्य वाटल्यावाचून राहत नाही. डच फौजांची तयारी जरी कशीही असली, तरी ब्रिटिश, बेल्जियम आणि फ्रेंच फौजांची तयारी चांगली होती; पण त्या सुसज्ज सैन्याची जर्मनांनी अगदी दाणादाण उडवून दिली. जर्मन फौजांना असा मोठा विजय मिळण्याचे कारण हे की, त्यांचे नेतृत्व स्वत: हिटलर करीत होता. त्याचा मुख्य तळ मन्स्टरफिल्ड येथे होता. तिथून तो आपल्या सेनापतींना हुकूम सोडीत होता. असे सांगतात की, तो आपल्या सेनापतींच्या आज्ञांमध्येदेखील ढवळाढवळ करीत असे. (जर्मनीचा पाडाव होईपर्यंतदेखील तो तशीच ढवळाढवळ करीत राहिला.)

ता. २४ मे रोजी त्याने पश्चिमेकडील जर्मन फौजांचे सरसेनापती मार्शल व्हॉन ब्रॉचिट्श्च यांना आपल्या तळावर बोलवून घेतले व त्यांना तो म्हणाला की, फ्लँडर्सची लढाई आपण जवळजवळ जिंकली आहे. आता तुम्ही फ्रान्सची लढाई जिंकण्याच्या तयारीला लागा.

इकडे डंकर्कमधून ब्रिटिशांनी माघार घेतल्यावर फ्रेंच सेनापती जनरल वैगां हे जर्मनांवर प्रतिहल्ला करण्याच्या तयारीस लागले. त्यांनी जी एक प्राथमिक स्वरूपाची तात्पुरती फळी उभारली होती ती त्यांच्या पूर्वीचे फ्रेंच सेनापती जनरल गामेला यांच्या फळीहून उत्कृष्ट असल्याची त्यांची समजूत होती; पण असे जरी असले तरी फ्रेंच फौजांची स्थिती अत्यंत शोचनीय होती. त्यांच्यापाशी हत्यारे नसल्याने त्यांना नेमून दिलेली ठाणी लढविणे कठीण होऊन बसले होते. त्यातच ब्रिटिशांच्या माघारीमुळे त्यांची नैतिक शक्तीही खचली होती. बावन्नावी ब्रिटिश तुकडी अजून फ्रान्समध्ये लढत होती. त्या तुकडीतील अधिकाऱ्यांनी शेवटच्या रणधुमाळीत भाग घेतला. त्यांनी नंतर शेरबुर्ग बंदरात माघार घेतली. काही काही ठिकाणी फ्रेंच जर्मनांशी जिवावर उदार होऊन लढले; पण फ्रेंच फळीला आता सगळीकडे भगदाडे पडली होती. ती भगदाडे बुजविणे त्यांना अशक्य होते.

फ्रेंच फौजांना आता तरणोपाय नाही, हे जेव्हा मुसोलिनीला कळून

चुकले तेव्हा त्याने ता. १० जूनला दोस्तांशी युद्ध जाहीर केले. फ्रान्सच्या पराभवाच्या वाहत्या गंगेत आपलेही हात धुऊन घेण्याचे त्याने ठरविले. त्या पराभवाचे सगळेच श्रेय तो जर्मनांना देण्यास तयार नव्हता.

ता. १२ जूनला फ्रेंच सरकारने पॅरिस शहर खुले म्हणून जाहीर केले व तूर्स शहरी प्रयाण केले. तिथून ता. १५ जूनला त्याने बोर्दो शहरी स्थलांतर केले. इंग्लंड-अमेरिकेकडे फ्रान्सने मदतीची याचना केली. इंग्लंडने दोन्ही देशांच्या ऐक्याची योजना पुढे मांडली; पण ती योजना साकार होण्यापूर्वीच फ्रेंच सैन्याचा प्रतिकार कोलमडून पडला. पंतप्रधान रेनॉ यांनी आपल्या सरकारचा राजीनामा दिला व मार्शल पेता यांना अधिकारावर येण्याचा मार्ग मोकळा करून दिला. 'व्हर्डूमचा कसाई' म्हणून ओळखला जाणारा तो वयोवृद्ध सेनानीच फ्रान्सला कदाचित तारू शकेल, अशी फ्रेंच नेत्यांना आशा वाटत होती; पण पेतांच्या मते आता प्रतिकार व्यर्थ होता. शरणागती पत्करून जे काय सांभाळता येईल ते सांभाळावे असे मत त्यांनी प्रकट केले. फ्रेंच सरकारने उत्तर आफ्रिकेत पळ काढून तिथून प्रतिकार चालू ठेवावा अशा मताचे जे मंत्री मावळत्या मंत्रिमंडळात होते, त्यांना पेतांनी आपल्या नवीन सरकारात घेतले नाही. ता. १६ जूनला त्यांनी जर्मनांशी संधान साधून फ्रान्स शरण जाण्यास तयार असल्याचे त्यांना कळविले.

तीन दिवसांपर्यंत जर्मनांनी उत्तर धाडले नाही. त्या दरम्यान ते सारखे पुढे घुसतच होते. दक्षिणेस लिया आणि बोर्दोपर्यंत आणि पश्चिमेस ब्रिटनमध्ये ब्रेसा बंदरापर्यंतचा प्रदेश त्यांनी पादाक्रांत केला होता. जे ब्रिटिश सैन्य मागे राहिले होते, ते अद्याप लढत होते. त्याला आणि फ्रान्समध्ये लढणाऱ्या इतर राष्ट्रांच्या स्वयंसेवकांना ब्रिटिश युद्धनौकांनी फ्रान्समधून काढून घेतले.

ता. २२ जूनला इटलीने फ्रान्सवर दक्षिणेकडून हल्ला चढविला. एक फ्रेंच सैनिक विरुद्ध सहा इटालियन सैनिक अशी ती लढाई होती; पण फ्रेंच सैनिकांनी इटालियनांना तसूभरही पुढे पाऊल टाकू दिले नाही. फ्रेंच सैन्याच्या त्या अचाट पराक्रमामुळे मुसोलिनीचा चेहरा बघण्यासारखा झाला असेल! पण असे असूनदेखील फ्रान्सने इटलीशी ता. २४ जूनला तह केला. जर्मनांनी तहाच्या अटी ता. २२ जूनला स्वीकारल्या; पण युद्धबंदी त्यानंतर सहा तासांनी जाहीर केली. त्यांनी युद्धबंदी उशिरा

जाहीर केली. याचे कारण इटालियन फौजांचा पराक्रम त्यांना मुसोलिनीच्या निदर्शनास आणवून द्यावयाचा होता. तद्नंतर जर्मनीला इटलीची मदत होण्याऐवजी ते एक लोढणेच त्याच्या गळ्यात अडकून बसले. प्रत्येक वेळी जर्मन फौजांना इटालियनांच्या मदतीला जावे लागले. इटली जर युद्धात पडला नसता, तर जर्मनीने एकट्यानेच स्वसामर्थ्यावर युद्ध आणखी एक वर्ष तरी लढविले असते. जर्मन तह शांपिएनच्या जंगलात झाला. १९१८ मध्ये मार्शल फॉश यांनी ज्या रेल्वे डब्यात बसून जर्मनांना शरणागतीच्या अटी सांगितल्या, तो डबा पॅरिसच्या वस्तुसंग्रहालयातून मुद्दाम आणविला होता. त्या डब्यात बसून हिटलरने फ्रेंचांची शरणागती स्वीकारली.

तहाच्या अटी पुढीलप्रमाणे होत्या :

१. जर्मनांनी उत्तर फ्रान्स आपल्या ताब्यात ठेवावा. त्या प्रदेशात जी बंदरे असतील ती जर्मनांनी व्यापावीत.
२. फ्रेंच फौजा नि:शस्त्र आणि बरखास्त कराव्यात.
३. फ्रेंचांनी आपली सर्व निवडक हत्यारे आणि दारूगोळा जर्मनीच्या हवाली करावा.
४. फ्रेंच आरमार नि:शस्त्र करावे; पण त्या आरमाराचा आपण उपयोग करणार नाही असे जर्मनीने फ्रेंचांना वचन द्यावे.
५. एकाही फ्रेंच जहाजाने बंदर सोडू नये. व्यापारी जहाजे माघारी बोलविण्यात यावीत अथवा त्यांनी तटस्थ राष्ट्रांचा आश्रय घ्यावा. फ्रान्समधील सर्व बिनतारी संदेश केंद्रे बंद ठेवावीत.
६. कापा प्रदेशाच्या कारभाराचा खर्च फ्रान्सने करावा.
७. जर्मन युद्धकैदी (ब्रिटिशांनी पाडलेल्या विमानांचे वैमानिकदेखील) मुक्त करावेत. सर्व जर्मन नागरिकांना जर्मनीच्या हवाली करावे. युद्धसमाप्तीपर्यंत सर्व युद्धकैदी जर्मनांच्या ताब्यात राहायचे.

इटली हा जर्मनीचा हुजऱ्या असल्याने आणि त्याची कुवत सलामीलाच सर्वांस कळून चुकल्याने हिटलरने मुसोलिनीस फार मोठ्या मागण्या फ्रान्सकडे करण्यास प्रतिबंध केला. फक्त दक्षिण फ्रान्समध्ये इटालियन सरहद्दीवर फ्रेंच लष्कर असू नये व इटालियन फौजांसमोर ज्या फ्रेंच फौजा होत्या त्यांची हत्यारे इटालियन फौजांना मिळावी, या दोन मागण्या मुसोलिनीने केल्या. त्या मागण्या फ्रान्सने मान्य केल्या.

तहानंतर फ्रेंच सरकार व्हीशीला गेले. जनरल द गॉल हे पंतप्रधान रेनी यांच्या लष्करी सरकारचे प्रमुख होते. एका चिलखती तुकडीचे ते सेनापती होते. या तुकडीने लॉ आँ आणि आबेव्हिक या शहरांच्या दरम्यान जर्मन फौजांवर यशस्वी हल्ले करून स्थानिक विजय मिळविले होते. फ्रान्सच्या शरणागतीनंतर जनरल द गॉल इंग्लंडला पळून गेले. ता. १८ जूनला त्यांनी बी.बी.सी.वर भाषण करून फ्रेंच शरणागतीचा धिक्कार केला व ता. २३ जूनला ब्रिटिश सरकारच्या संमतीने लंडन शहरी हंगामी फ्रेंच सरकार स्थापन केले.

❖

५.

भूमध्य समुद्र आणि आफ्रिका

फ्रान्सच्या पराभवानंतर इंग्लंडसमोर भूमध्य समुद्र आणि आफ्रिका यांच्या रक्षणाचा प्रश्न उभा राहिला. भूमध्य समुद्र हा आपला समुद्र (Mare Nostrum) आहे, असे मुसोलिनी म्हणत आला होता आणि त्याने तसा दावा सांगण्यास जागाही होती; कारण इटलीचे द्वीपकल्प भूमध्य समुद्रात दूरवर भूमध्य समुद्राच्या काळजापर्यंत गेलेले होते. शिवाय सिसिली बेट आणि लहान लहान इटालियन बेटे भूमध्य समुद्रात सर्वत्र पसरलेली होती. त्या दृष्टीने बघितले असता भूमध्य समुद्र हा इटलीचा ठरत होता; पण या समुद्रावर इंग्लंडचे कैक शतकांपासून

स्वामित्व होते. सिसिली बेटाच्या दक्षिणेस इंग्लंडच्या साम्राज्यातील माल्टा बेट होते. ते बेट म्हणजे एक बालेकिल्लाच होता. इजिप्तच्या सरहद्दीपासून ट्यूनिशियापर्यंत इटलीच्या वसाहती पसरलेल्या होत्या. त्या वसाहतींना लागूनच स्पॅनिश मोरोक्कोपर्यंत फ्रान्सच्या वसाहती होत्या. फ्रान्स इंग्लंडचे दोस्त होते; पण त्याचा आता पाडाव झाल्याने इंग्लंडला त्याची मदत होण्यासारखी नव्हती. फ्रान्सच्या वसाहतींपासून जिब्राल्टरच्या सामुद्रधुनीपर्यंत इंग्लंडला विरोध दर्शविणारा प्रदेश होता. माल्टा अलग पडले होते. त्याच्याशी समुद्रमार्गेच तेवढा संबंध ठेवता येत होता; पण त्यालाही जर्मनीचा धोका निर्माण झाला होता.

हिटलरने स्पेनचा सर्वाधिकारी जनरल फ्रांको याला आपल्या बाजूने ओढला असता तर जर्मनांना जिब्राल्टवर स्पॅनिश प्रदेशातून हल्ला करणे कठीण नव्हते किंवा खुद्द फ्रांकोलाही ते करता येण्यासारखे होते. तसे झाल्यास इंग्लंडला आपल्या भूमध्य समुद्रातील नौकानयनाला हवाई संरक्षण देण्याकरिता विमानवाहू बोटींवरील विमानांवरच अवलंबून राहावे लागणार होते; पण त्या आरमारालाही भूमध्य समुद्रात इटलीच्या आरमाराचा बलाढ्य शत्रू होता. इटालियन आरमाराला इटलीतील आरमारी तळाचे रक्षण होते; ते संरक्षण ब्रिटिश आरमाराला नव्हते. शिवाय इटलीचे हवाई दलही बलिष्ठ होते.

आफ्रिकेत इटलीच्या लिबिया या वसाहतीत दोन लक्ष युरोपियन सैन्य आणि एतद्देशीय सैन्य होते. त्या सैन्याकडून आफ्रिकेतील ब्रिटिश वसाहतींना आणि त्याच्या मध्यपूर्वेतील सैन्याला धोका निर्माण झाला होता. तेथील इटलीच्या सामर्थ्याच्या मानाने इंग्लंडचे सामर्थ्य अगदीच तोकडे होते. इंग्लंडच्या मध्य-पूर्वेच्या सेनापतीच्या हाताखाली मूठभर लष्करी तुकड्या होत्या. विमानेही तितकीच होती. त्यांचे दोन छोटे आरमारी काफिले अनुक्रमे अलेक्झांड्रिया आणि जिब्राल्टर येथील तळांवर होते.

पहिल्या आरमारी तुकडीत तीन युद्धनौका आणि एक विमानवाहू बोट होती. दुसऱ्या तुकडीतील युद्धनौकांची संख्या निश्चित नव्हती; कारण त्या तुकडीतील युद्धनौकांची ये-जा चालू होती. तथापि, त्या काफिल्यात 'रिनॉन' ही युद्धनौका आणि 'आर्क रॉयल' ही जुनी विमानवाहू बोट होती. या आरमारी तुकडीने इटालियन आरमाराला

अद्याप दाद दिली नव्हती. त्याच्या नाकावर टिच्चून त्या तुकडीतील युद्धनौका भूमध्य समुद्रात संचार करीत होत्या; पण फ्रान्सच्या पाडावानंतर भूमध्य समुद्रात जर्मन विमाने आली होती व त्यामुळे परिस्थिती चिंताजनक बनली होती.

माल्टावर पहिला बॉम्बहल्ला इटलीने युद्धप्रवेश केल्यावर ता. ११ जूनला केला. तदनंतर इटालियन विमाने त्या बेटावर वारंवार बॉम्बबफेक करू लागली. इटालियन विमानांनी इजिप्तच्या पश्चिम वाळवंटात मेर्सामात्रू येथील ठाण्यावर देखील बॉम्बबफेक केली. तदनंतर कैरो आणि अलेक्झांड्रिया या दोन्ही शहरांवरही त्यांनी बॉम्ब टाकले. त्याचा बदला म्हणून ब्रिटिश विमानांनी इटलीच्या सिरेनाइका या वसाहतीतील विमानतळांवर बॉम्बवृष्टी करून ते उद्ध्वस्त केले. इटालियन पूर्व आफ्रिकेवरही ब्रिटिश विमानांनी बॉम्बफेक केली. त्याचप्रमाणे लिबियाच्या हद्दीवर ब्रिटिश सैन्याने लहान प्रमाणात हल्ले सुरू केले.

सुडानच्या आणि केनियाच्या हद्दीवरही स्थानिक स्वरूपाच्या चकमकी झडू लागल्या. त्या चकमकीमध्ये इटालियन फौजांना थोडेफार यश मिळू लागले; कारण ब्रिटिश सैन्यापेक्षा तेथील इटालियन सैन्य अधिक होते. ऑगस्ट महिन्यात इटालियन फौजांनी एक मोठा विजय मिळविला आणि ब्रिटिश सोमालिलँडवर स्वारी करून तो प्रदेश पादाक्रांत केला. त्या प्रदेशात फक्त एकच उपतुकडी होती, तर इटलीच्या दोन सबंध तुकड्या होत्या. ब्रिटिशांनी सोमालिलँडमधील आपले सैन्य समुद्रमार्गे काढून घेतले. एरिट्रियांतील इटालियन सैन्याकडून आता एडनलादेखील धोका निर्माण झाला होता. इटालियनांची इच्छा असल्यास एडनवर ते केव्हाही हल्ला करू शकत होते.

ब्रिटिशांचे आरमारी विजय

ब्रिटिश आणि इटालियन आरमारांची पहिली लढाई ता. ९ जुलैला जुंपली. इटालियन पुरवठा जहाजांचा एक काफिला आफ्रिकेला चालला होता. त्याला युद्धनौकांचे संरक्षण होते. दर्यासारंग कनिंगहॅम यांनी त्या काफिल्यावर हल्ला चढविला. इटालियन युद्धनौका धुराचे वलय सोडून पसार झाल्या. ता. १९ जुलैला ऑस्ट्रेलियन क्रूझर 'सिडने'ने चार विनाशकांसह दोन इटालियन हलक्या क्रूझरांवर हल्ला चढविला. त्या

लढाईत 'बार्तोलो मेव कोलेयोनी' या इटालियन क्रूझरला जलसमाधी मिळाली आणि 'जिवोवानी देले बांदेनेरे' हे क्रूझर भयंकर जायबंदी झाले. त्या आरमारी लढाईत इटालियन आरमार हेदेखील त्याच्या सैन्याप्रमाणेच शोभेच्या वस्तूंसारखे आहे हे जगाच्या निदर्शनास आले!

त्या दरम्यान आफ्रिकेतील इटालियन सैन्याचे सरसेनापती मार्शल ग्राझियानी हे इजिप्तवरील स्वारीची तयारी करीत होते. त्या स्वारीस १९४०च्या १३ सप्टेंबरला सुरुवात झाली. त्या चढाईस ब्रिटिश हवाई दलाने आणि युद्धनौकांनी हल्ले चढवून विरोध केला; पण तरीही इटालियनांनी इजिप्तमध्ये सुमारे सत्तर मैलांचे आक्रमण केले. ता. १६ सप्टेंबरला त्यांनी सिदी बाराणी हे ब्रिटिश ठाणे सर केले. तदनंतर आणखी थोडी प्रगती केल्यावर ते विहिरी आणि खंदक खणू लागले. ऑक्टोबर-नोव्हेंबरमध्ये पुन्हा चढाई करण्याचा मार्शल ग्राझियानी यांचा बेत होता; पण त्या चढाईस त्यांनी सुरुवात केली नाही. ब्रिटिशांनी प्रतिचढाई केली असती, पण त्यांना ग्रीकांच्या मदतीस जावे लागले. इटालियनांनी अल्बानियांतून ग्रीसवर स्वारी केली होती. इंग्लंडला स्वगृही दारूगोळ्याची निकडीची आवश्यकता असूनदेखील त्याने भूमध्य समुद्रात मोठी कुमक पाठविली. त्या कुमकेमध्ये जगात अजिंक्य ठरलेले 'माटिल्डा' रणगाडे होते. इटालियन आरमाराने दर्यासारंग कनिंगहॅम यांच्या आरमाराची एवढी दहशत घेतली की, ते आपल्या तळावरून देखील बाहेर पडण्यास धजेनासे झाले.

आता मध्यपूर्वेतील सरसेनापतींच्या दिमतीला जनरल सर आर्चिबाल्ड व्हावेल आणि ले.ज. एच.एम. विल्सन हे दोघे आले. विल्सन इजिप्तमधील फौजांचे नेतृत्व करू लागले. त्यांच्यापाशी सैन्य आणि युद्धसामुग्री भरपूर होती. इजिप्तमधील ब्रिटिश फौजांना आणि ग्रीकांना दर्यासारंग कनिंगहॅम यांची चांगलीच मदत मिळू लागली. ता. ११ नोव्हेंबरला ब्रिटिश आरमारी विमानांनी तारांतो येथील इटालियन युद्धनौकांवर बॉम्बहल्ला चढवून त्यांची दाणादाण उडवून दिली. 'लित्तोदियो' या नावाची युद्धनौका जायबंदी होऊन पाण्यात कलंडली. 'काव्हूर' वर्गाची एक युद्धनौका किनाऱ्यावर चढली, तर दुसरी पाण्यात रुतून बसली. आणखी दोन क्रूझर जायबंदी झाले. ब्रिटिश विमानांनी त्या दिवशी मिळविलेला विजय फारच मोठा होता, यात शंका नाही.

ता. २७ नोव्हेंबरला ॲडमिरल कनिंगहॅम यांनी सार्दिनिया बेटानजीक इटालियन आरमारावर आणखी एक विजय मिळविला. इटालियन युद्धनौकांनी धुराचे आवरण सोडून पळ काढला. १९४०च्या डिसेंबर महिन्यात इटलीच्या लिबियामध्ये पंधरा लष्करी तुकड्या होत्या. त्यातील तीन त्रिपोली येथे होत्या. इजिप्शियन प्रदेशात माक्टिला आणि सिदी बाराणी यांच्या जवळपास पाच तुकड्या होत्या. त्यातील एका तुकडीपाशी हलके रणगाडे होते. त्या सैन्याशिवाय दोन एतद्देशीय शिपायांच्या, एक काळे डगलेवाल्यांची आणि एक खडी अशा आणखी तीन तुकड्या होत्या. पिछाडीला सरहद्दीवर चार आणि तोब्रुक येथे दोन तुकड्या होत्या. लिबियामध्ये इटलीची पाचशे विमाने होती.

ब्रिटिश विमानांची संख्या अगदीच उपेक्षणीय होती. जनरल व्हावेल यांच्या हाताखाली मेरसामात्रु येथील तळावर सातवी चिलखती तुकडी, चौथी इंडियन तुकडी आणि सहावी ऑस्ट्रेलियन तुकडी मिळून तीन तुकड्या होत्या. मध्यपूर्वेतील हवाई दलाचे सेनानी एअर मार्शल सर ए. एम. लाँगमोअर यांच्यापाशी साडेदहा लढाऊ, दीड बॉम्बफेकी बॉम्बर ट्रॅन्स्पोर्ट आणि काही टेहळणी विमाने असे काफिले होते. त्यात इजिप्तच्या मदतीला पाठविलेल्या विमानांचाही समावेश होत होता. बाकीची विमाने इजिप्त, सुडान, पूर्व आफ्रिका, पॅलेस्टाइन, इराक आणि माल्टा येथील तळांवर होती.

ता. ७ डिसेंबरच्या रात्री व्हावेलची चिलखती तुकडी किल्ल्यांच्या रेषेच्या दिशेने सरकली. चौथ्या हिंदी तुकडीने बीर सोफाफीच्या दिशेने धडक मारून ता. ९ला सकाळी तिने निबैवाच्या मधल्या किल्ल्यावर हल्ला चढविला. इकडे चिलखती तुकडीच्या एका भागाने बीर सोफाफी येथील इटालियन शिबंदीवर हल्ला चढविला. त्या शिबंदीमध्ये एक पायदळ तुकडी आणि चिलखती तुकडीचा एक भाग होता. चौथ्या हिंदी तुकडीने निबैवाचा किल्ला घेऊन तिथल्या शिबंदीची कत्तल केली किंवा तिला कैद केले. त्या विजयानंतर यत्किंचितही वेळ न गमावता ब्रिटिश चिलखती तुकडीची एक रणगाड्यांची रेजिमेंट आणि दुसरी हिंदी ब्रिगेड यांनी किल्ल्यांच्या दुसऱ्या गटावर हल्ला चढविला. तोही गट त्यांनी सर केला.

ता. ९ डिसेंबरच्या रात्री चिलखती तुकडीच्या एका भागाने बुकबुकचा

समुद्रकिनारा गाठला. माक्टिला येथे इटालियनांची एक शिबंदी होती. तीत एक तुकडी होती. तिने छावणी गुंडाळून सिद्दी बाराणीला पळ काढला; पण तेथे ती ब्रिटिशांच्या तावडीत सापडल्याने तिला शरणागती पत्करावी लागली. बीर सोफाफी येथील तुकडीने दक्षिणेस पळ काढला. पण ब्रिटिश आणि ऑस्ट्रेलियन विमानांनी तिचा पाठलाग करून तिला झोडपून काढले. नंतर छोट्या ब्रिटिश रणगाड्यांनी तिची पांगापांग केली. शेवटी ज्या एका तुकडीने सोलूम येथून चढाई केली होती, त्या तुकडीला ब्रिटिश चिलखती तुकडीने हटकले. त्या तुकडीतील सैनिक ब्रिटिश चिलखती तुकडी पाहून इतके थक्क झाले की, त्यांना लढण्याचेदेखील भान उरले नाही. ती सबंध तुकडी एक गोळीही न झाडता ब्रिटिशांनी कैद केली. चाळीस हजारांपेक्षा अधिक सैनिक आणि चारशे तोफा ब्रिटिशांच्या हाती लागल्या. ब्रिटिश विमानांनी आता आकाशात प्राबल्य प्रस्थापित केले होते. त्यांनी इटालियन विमाने पाडण्याचा सपाटा सुरू केला.

अशा रीतीने सिद्दी बाराणीची लढाई समाप्त झाली. ब्रिटिशांचा तो आफ्रिकेतील आणि दुसऱ्या युद्धाच्या सुरुवातीचा पहिलाच विजय होता. तदनंतर जनरल व्हावेलनी पुढे चढाई सुरू केली. युद्धनौका आणि विमाने यांनी त्यांना चांगलीच मदत केली. ता. १६ डिसेंबरला सोलूम काबीज केल्यावर त्यांच्या बिनीच्या फौजांनी सिरेनाइकाची हद्द ओलांडली. ब्रिटिश फौजांचे दडपण असह्य झाल्याने इटालियन फौजांनी बार्दियापर्यंत माघार घेतली. ब्रिटिशांनी त्यांचे तोब्रुककडील दळणवळण तोडल्याने त्यांचे बरेच सैन्य तेथे अडकून पडले.

ता. ३ जानेवारीस सकाळी साडेपाच वाजता ब्रिटिशांनी बार्दियावर चढाई केली. त्या हल्ल्यात चिलखती सैन्याने आणि सहाव्या ऑस्ट्रेलियन तुकडीने भाग घेतला. समुद्रातून युद्धनौकांनीही खंदक खणून राहिलेल्या इटालियनांवर तोफा डागल्या. सूर्यास्तापर्यंत ऑस्ट्रेलियन फौजांनी दोन मैलांची प्रगती केली. दुसऱ्या दिवशी इटालियनांचा प्रतिकार कोलमडून पडला. हा विजय सिद्दी बाराणीच्या विजयापेक्षा मोठा होय. एकूण पंचेचाळीस हजार इटालियन युद्धकैदी आणि त्यांची मोठी युद्धसामग्री ब्रिटिशांच्या हातात पडली. ब्रिटिशांचे सिद्दी बाराणीच्या लढाईत आठशे सैनिक कामास आले होते. बार्दियाच्या लढाईत सहाशे ठार झाले.

तदनंतर ब्रिटिशांना तोब्रुकपर्यंत वाटेत इटालियनांचा प्रतिकार झाला नाही. तेथे इटालियनांचा मुख्य आरमारी तळ होता. तेही शहर इटालियनांनी विशेष प्रतिकार न करता ब्रिटिशांच्या ताब्यात दिले. ता. २१ जानेवारीस ब्रिटिश तोब्रुकमध्ये शिरले. पंचवीस हजार इटालियनांनी तेथे शरणागती पत्करली. अशाच रीतीने ब्रिटिशांनी देर्नाही घेतले.

ब्रिटिशांच्या मोहिमेतील सर्वांत मोठी घनघोर लढाई बेंगाझीच्या अलीकडे साठ मैलांवर झाली. माघार घेणाऱ्या इटालियन फौजा त्या ठिकाणी थांबल्या होत्या व त्यांनी लढाईची जोरदार तयारी केली होती. त्या लढाईत ब्रिटिशांचा पराभव होण्याची चिन्हे दिसू लागली होती; पण ऐन वेळी ब्रिटिश चिलखताची एक रणगाड्यांची उपतुकडी त्या ठिकाणी येऊन हजर झाली. ती उपतुकडी पाहताच इटालियनांचे अवसान खचले व त्यांनी पांढरे निशाण दाखविले. तेथे पंधरा हजार इटालियन ब्रिटिशांना शरण गेले. जेराबूब हे ठाणे मात्र इटालियनांनी अखेरपर्यंत लढविले. ते ता. २१ मार्चला आफ्रिकेच्या मोहिमेत नुकत्याच उतरलेल्या ऑस्ट्रेलियन सैन्याने घेतले. त्या दरम्यान ब्रिटिशांनी एल अधेलापर्यंत मजल मारली होती. त्याच वेळी जर्मन फौजांचेही इटालियनांच्या मदतीसाठी आफ्रिकेत आगमन झाले.

जर्मनांचे आफ्रिकेत आगमन

जर्मनांनी सिसिली बेटात एक बलाढ्य तळ उभारला होता. इटालियन फौजांची आफ्रिकेत सर्वत्र पिछेहाट होताच, जर्मनांनी त्यांच्या मदतीस जाण्याचा निर्णय घेतला व लवकरच त्रिपोली येथे एक सुसज्ज चिलखती सेना विभाग उतरविला. त्या जर्मन फौजांचे नेतृत्व जनरल रोमेल याच्याकडे होते. हा सेनापती फ्लँडर्सच्या लढाईत चमकला होता, म्हणून हिटलरने त्याची आफ्रिकेत नेमणूक केली होती.

जनरल व्हावेल यांना आफ्रिकेतील बरेच सैन्य ग्रीसमध्ये पाठवावे लागले होते व चौथी हिंदी तुकडी त्यांनी सुदानला पाठविली होती. पश्चिम वाळवंटांतील ब्रिटिश आघाडी कमकुवत असता ग्रीसला सैन्य धाडण्यात चूक झाली नाही ना असा वाद त्या वेळी निर्माण झाला; पण ग्रीसला सैन्य पाठविण्यात आले, तो एक राजकीय निर्णय होता. ग्रीसच्या मदतीला ब्रिटिशांनी सैन्य धाडले नसते तर जगामध्ये त्यांची

नाचक्की झाली असती. लष्करीदृष्ट्या तो निर्णय घातक आहे, हे माहीत असूनदेखील ब्रिटिश सरकारला तसे करणे भाग पडले.

त्रिपोलितानियाच्या हद्दीवर ब्रिटिशांची एक चिलखती उपतुकडी होती. त्या उपतुकडीमधील रणगाडे इटालियनांकडून जिंकलेल्या युद्धसामग्रीमधील होते. त्या उपतुकडीशिवाय नवव्या ऑस्ट्रेलियन तुकडीतील एक ब्रिगेड तेथे होती. मार्च महिनाअखेर जर्मन आणि इटालियन फौजांनी संयुक्तपणे प्रतिचढाईस सुरुवात केली. ऑस्ट्रेलियन फौजांनी लढता लढता किनाऱ्याच्या दिशेने माघार घेण्यास सुरुवात केली. जनरल व्हावेलनी आपले सैन्य इजिप्तच्या सरहद्दीपर्यंत मागे घेतले. जर्मन आणि इटालियन फौजांसमोर त्यांना माघार घेणे भाग पडले होते. तथापि, त्यांनी एक धाडसी निर्णय घेतला. त्यांनी मुख्यत्वे ऑस्ट्रेलियन असलेले छत्रीधारी सैन्य तोब्रुकला उतरविले व त्याला समुद्रातून पुरवठा सुरू केला. शत्रूच्या पिछाडीस एक बलाढ्य ठाणे उभारण्याचा त्यांचा हा डाव होता. जेव्हा ते फेरचढाई करणार होते, तेव्हा त्यांना त्या ठाण्याचा उपयोग होणार होता.

मातापांची आरमारी लढाई

आफ्रिकेमध्ये जर्मन आणि इटालियन सैन्याची चढाई सुरू असता इकडे दर्यासारंग कनिंगहॅम यांनी पूर्व भूमध्य समुद्रात ग्रीसच्या दक्षिण टोकाला केप मातापांच्या भुशिराजवळ एक मोठा आरमारी विजय संपादन केला. त्या विजायमुळे भूमध्य समुद्रातील शत्रूचा धोका कमी झाला.

ग्रीसला निघालेल्या ब्रिटिशांच्या एका जहाजांच्या तांड्यावर हल्ला चढविण्याचा इटालियनांचा बेत होता. त्यांच्या आरमारी तुकडीत एक बॅटलशिप, सहा क्रूझर आणि सात विनाशिका होत्या. ती तुकडी ब्रिटिश विमानांनी क्रीट बेटाच्या दक्षिणेस हेरली व ती बातमी आपल्या आरमाराला कळविली.

ग्रीसला पुरवठा घेऊन निघालेल्या मालवाहू जहाजांच्या तांड्याला ज्या आरमारी तुकडीचे संरक्षण होते तिचे नेतृत्व उप-दर्यासारंग एच.पी. प्रीदमकडे होते. त्या तुकडीत 'ओरिया', 'एजेक्स', 'ग्लुचेस्टर' आणि 'पर्थ' (ऑस्ट्रेलियन) असे चार क्रूझर आणि काही विनाशिका होत्या.

या तुकडीने इटालियन आरमाराला, दर्यासारंग कनिंगहॅम यांची ध्वजनौका 'वॉरस्पाइट', बॅटलशिप्स 'व्हॅलियंट' आणि 'बरहॅम' व विमानवाहू बोट 'फोर्मिडेबल' यांच्याकडे वळण्यास भाग पाडले. दोन्ही आरमारी तुकड्यांची घनघोर लढाई झाली. इटलीचे तीन मोठे क्रूझर बुडाले. एक बॅटलशिप जायबंदी झाली व इतर युद्धनौकांचीही बरीच हानी झाली. ब्रिटिशांची एकही युद्धनौका बुडाली नाही. त्यांचे फक्त एक विमान इटालियनांनी पाडले. आरमारी लढायांच्या इतिहासात एका आरमाराने शत्रूची अनेक जहाजे बुडवून आपण सुरक्षित राहिल्याचे हे पहिलेच उदाहरण आहे.

सिद्दी बाराणीची लढाई चालू असता एरित्रियांतील इटालियनांनी सुदानच्या सरहद्दीवर दडपण आणण्यास सुरुवात केली. जनरल व्हॅवेलनी पाचवी हिंदी तुकडी आघाडीवर ठेवली होती. त्यांनी सिद्दी बाराणीच्या लढाईतून चौथी हिंदी तुकडी काढून घेऊन ती सुदानच्या हद्दीवर पाठविली.

पूर्व आफ्रिकेत तीन लक्ष इटालियन सैन्य होते; पण एवढे मोठे सैन्य असून देखील इटालियनांनी सुदान घेण्याचा प्रयत्न केला नाही. सुदानमध्ये ब्रिटिशांच्या काही बॅटेलियन्स आणि सुमारे पाच हजार एतद्देशीय सैन्य होते. इटालियनांना केनियावरदेखील स्वारी करता आली असती. तेथे ब्रिटिशांचे सैन्य अगदीच थोडे होते. ब्रिटिशांनी घाईघाईने सुदानच्या रक्षणाची तयारी केली. त्यांनी तेथे हरिकेन विमाने पाठवून इटालियन विमानांना पिटाळून लावले.

१९४१च्या जानेवारीत हिंदी सैन्याने इटालियन सैन्यास माघार घेण्यास भाग पाडले; पण नंतर इटालियन सैन्य मोठ्या प्रमाणात केरेनवर चाल करून आले. इटालियनांची फळी नैसर्गिक होती. त्यांना टेकड्यांच्या रांगेचे संरक्षण होते. शिवाय त्यांच्या उत्तर आफ्रिकेतील सैन्यात जे युरोपियन आणि एतद्देशीय सैनिक होते ते आधुनिक शस्त्रांनी सुसज्ज होते. त्यांनी केरेनच्या लढाईत चांगलीच मर्दुमकी गाजविली व हिंदी तुकड्यांची बरीच प्राणहानी केली. ब्रिटिश सैन्याचेही अनेक हल्ले त्यांनी परतवून लावले. त्यात ब्रिटिशांची प्राणहानी पुष्कळच झाली; पण ता. २५ मार्चला त्यांना टेकड्यांतून हुसकून लावण्यात ब्रिटिशांनी यश मिळविले. केरेन हिंदी सैन्याने घेतल्याने इटालियनांना मिळणारे नैसर्गिक संरक्षण नष्ट झाले व त्यांनी एरित्रियाची राजधानी

अस्मारापर्यंत माघार घेतली. हिंदी सैन्याने मसावा बंदर ता. ८ एप्रिलला सर केले.

दक्षिणेस ब्रिटिश सेनापती ले. ज.ए.जी. कनिंगहॅम यांच्या हाताखाली आफ्रिकन एतद्देशीय सैनिकांच्या दोन तुकड्या होत्या. त्या सैन्याला पहिली दक्षिण आफ्रिकन तुकडी येऊन मिळाली. या सैन्याने हिंदी सैन्याच्या चढाईबरोबरच चढाई सुरू केली. एक तुकडी किनाऱ्याच्या रोखाने निघाली व तिने किस्मायु काबीज केले. त्या ठाण्याचे त्यांनी आपल्या मुख्य तळामध्ये रूपांतर केले. नंतर त्या सैन्याने मोगादिशु काबीज केले व तेथे आपला दुसरा तळ स्थापन केला. तिथून त्यांनी नंतर उत्तरेस हरारच्या रोखाने चाल करण्यास सुरुवात केली.

जनरल कनिंगहॅम यांचे आफ्रिकन सैन्य इटालियनांहून उत्कृष्ट ठरले. प्रत्येक ठिकाणी त्याने इटालियनांवर मात केली. त्या सैन्याच्या हालचाली झटपट आणि चपळ असत, तर इटालियन आळशी होते. त्यांच्यापाशी धाडसाचा अगदीच अभाव होता. हरार घेतल्यावर जनरल कॅनिंगहॅमनी पश्चिमेकडे अबिसिनियाची राजधानी अदिसअबाबाच्या रोखाने चाल करण्यास प्रारंभ केला. त्या शहरास त्यांनी ६ एप्रिलला वेढा घातला. २७ दिवसांत त्यांनी सतराशे मैलांचा प्रदेश आक्रमिला. आजपावेतो कुठल्याच युद्धात कोणी असा पराक्रम केल्याचे ऐकिवात नाही. ता. ७ मे रोजी ॲबिसिनियाचे सम्राट हेले सेलासी यांनी आपल्या राजधानीत प्रवेश केला. ता. १८ मे रोजी उत्तरेकडून आणि दक्षिणेकडून निघालेले ब्रिटिश सैन्य अंबा अलगी येथे एकत्र झाले व त्यांनी इटालियन फौजांचा सेनापती ड्यूक ऑफ आवोस्ता याचा पाडाव केला. अशा रीतीने ता. २७ मे रोजी ॲबिसिनियांतील मोहीम समाप्त झाली.

❖

६.

बाल्टिक ते बाल्कन्स

जर्मनीचे आपणावर आक्रमण होणार आहे, याची स्टालिनला जाणीव होती व म्हणून तो ते आक्रमण कसे थोपवून धरता येईल त्याचा विचार करीत होता. पोलंडचा अर्धा भाग त्याने घेतलाच होता. त्याच्यानंतर त्याने इस्टोनिया, लॅटेव्हिया आणि लिथुआनिया या बाल्टिक राष्ट्रांमध्ये १९४०च्या वसंत ऋतूत निवडणुका घेऊन आपल्या बगलबच्च्यांना अधिकारावर आणले. त्या निवडणुकांमध्ये फक्त रशियनधार्जिण्या लोकांनाच तेवढा मतदानाचा हक्क देण्यात आला होता. निवडणुकांनंतर त्या तिन्ही देशांच्या सरकारांनी रशियाकडे असा अर्ज केला की,

आपणास रशियन संघराज्यात सामील व्हायचे आहे. तो अर्ज मंजूर होऊन त्या राष्ट्रांना रशियन समाजवादी संघराज्यात सामील करून घेण्यात आले. ते सामिलीकरण १७ ऑगस्टला पूर्ण झाले; पण त्या सामिलीकरणाला अमेरिका किंवा इंग्लंड या राष्ट्रांनी मान्यता दिली नाही. त्या राष्ट्रांचा रशियात समावेश झाल्याने रशियाला बाल्टिक समुद्रात चांगली बंदरे मिळाली आणि दुसरी महत्त्वाची गोष्ट म्हणजे जर्मनी आणि रशिया या दोघांमध्ये खालपासून वरपर्यंत एक तटस्थ पट्टा निर्माण झाला.

पहिल्या महायुद्धात रुमानियाने रशियाचा बेस्साराबिया प्रांत घेतला होता. तो प्रांत आपणास परत मिळावा अशी रशियाची इच्छा होती; पण त्यासाठी युद्धाचा अवलंब करण्याचा त्याचा विचार नव्हता. फ्रान्सचा पाडाव झाल्यावर रशियाचे परराष्ट्रमंत्री मोलोटोव यांनी रुमानियाला त्याने बेस्साराबिया आणि बुकोविना प्रांताचा उत्तर भाग रशियाला परत केला पाहिजे अशी तंबी दिली. रुमानियाने टाळाटाळ करण्याचा प्रयत्न केला; पण त्याला आपली कुवत माहीत होती. शेवटी रशियाचा ससेमिरा सुटत नाही हे जेव्हा त्याने पाहिले तेव्हा त्याने तो प्रदेश रशियाला देऊन टाकला.

रशियानंतर रुमानियाकडे बल्गेरियाची मागणी आली. त्याला काळ्या समुद्रावरील दोब्रुजा प्रांत हवा होता. तोही प्रांत रुमानियाने देऊन टाकला. बल्गेरिया जर्मनीचा पित्त्या होता. नंतर हंगेरीने ट्रान्सिल्व्हानिया प्रांताची मागणी केली. आता रुमानियाने लढाईची तयारी केली; पण हिटलर व मुसोलिनी या दोघांनी त्यांच्यामध्ये मध्यस्थी केली. ऑगस्टअखेर हिटलरने हंगेरी आणि रुमानिया या दोन्ही देशांच्या परराष्ट्रमंत्र्यांना व्हिएन्ना शहरी बोलाविले व त्या दोघांना गट्टी राष्ट्रांचा निवाडा मान्य करावयास लावले. हिटलरने ट्रान्सिल्वानिया प्रांताचा दोन तृतीयांश भाग हंगेरीस देऊन टाकण्याचा रुमानियास हुकूम केला. त्या निवाड्यामुळे रुमानियन लोकांचा राजा कॅराल याच्यावर रोष झाला. त्याने आपल्या पुत्राला गादीवर बसविले व रुमानियातून पळ काढला. त्याचा पुत्र मायकेल हा लहान होता. त्याला राज्यकारभाराचा यत्किंचितही अनुभव नव्हता. अशा रीतीने आग्नेय युरोपातील तंटे समाप्त झाले. त्यात रशियाचा जरी भौतिक फायदा झाला असला तरी बाल्कन राष्ट्रांमध्ये

त्याच्याविषयी अढी निर्माण झाली व ती संरक्षणासाठी जर्मनीच्या कच्छपी गेली. जर्मनीने त्या संधीचा ताबडतोब फायदा घेतला. त्याने बल्गेरिया व हंगेरी या दोन्ही देशांवर आपले परिणामकारक नियंत्रण सुरू केले व ती दोन्ही राष्ट्रे जर्मनीची 'अंकित' बनली.

मुसोलिनीची ग्रीसवर स्वारी

मुसोलिनीला ग्रीसवर स्वारी करण्यास कोणतेच कारण नव्हते. ग्रीसने त्याची केव्हाच कुरापत काढली नव्हती; पण आफ्रिकेत आणि भूमध्य समुद्रात झालेल्या पिछेहाटीचा त्याला ग्रीससारख्या एका छोट्या राष्ट्रावर स्वारी करून वचपा काढावयाचा होता. तसा एखादा विजय मिळाल्याशिवाय आपले इटलीतील डळमळते आसन बळकट करता येणार नाही अशी कदाचित त्याची समजूत झाली असावी; पण त्या स्वारीच्या बाबतीत त्याने हिटलरचा सल्ला घेतला नव्हता. कदाचित हिटलर स्वत: ग्रीस घेईल म्हणूनही त्याने त्या स्वारीची घाई केली असेल. ता. १५ सप्टेंबरला 'हेल' या नावाचे एक छोटे ग्रीक क्रूझर एका अज्ञात पाणबुडीने टिनोस बेटांमध्ये बुडविले. ती पाणबुडी इटालियन होती हे नंतर सिद्ध झाले. त्या वेळी इटलीने आग्नेय युरोपात खेंकटी निर्माण करू नयेत अशी हिटलरची इच्छा होती; कारण इटालियन फौजांची आफ्रिकेत चांगलीच उत्तरपूजा झाली होती! पण वर सांगितल्याप्रमाणे मुसोलिनीला आपली गेलेली पत पुन्हा मिळवायची होती. त्याला हिटलरला दाखवायचे होते की, 'ब्लिट्झ' (विद्युत) युद्ध इटालियन फौजांनाही खेळता येते.

इटलीप्रमाणेच ग्रीसमध्येही एक छोटा हुकूमशहा राज्य करीत होता. याचे नाव जनरल जॉन मेटाक्सस. त्याने पार्लमेंट न भरविता सतत चार वर्षांपर्यंत राज्यकारभार चालविला होता; पण त्याने एक गोष्ट चांगली केली होती. ग्रीसचे छोटे लष्कर शिकवून तरबेज केले होते. बाल्कन राष्ट्रात ग्रीसच्या लष्करासारखे पोलादी शिस्तीचे आणि कोणत्याही कठीण प्रसंगास तोंड देण्यासारखे लष्कर इतर कोणत्याच राष्ट्रापाशी नव्हते. इटलीने ग्रीसवरील स्वारीसाठी दीड लक्ष सैन्याची जमवाजमव केली होती, तर ग्रीसचे लष्कर जेमतेम पाऊण लक्ष होते. त्याचे हवाई दल तर अगदीच उपेक्षणीय होते; पण ब्रिटिश विमाने त्यांच्या मदतीला गेली.

ता. २८ ऑक्टोबरला इटालियन फौजांनी ग्रीक हद्द ओलांडली. ते आक्रमण अनपेक्षित असल्याने आणि ग्रीकांची कोणतीच तयारी नसल्याने त्यांना सुरुवातीस कालमास नदीपर्यंत माघार घ्यावी लागली. इंग्रजांनी ग्रीक फौजांना विमानातून शस्त्रपुरवठा केला. त्यांनी आणलेल्या टँकविरोधी बंदुकांनी ग्रीकांनी इटलीचे नऊ रणगाडे निकामी केले. नंतर त्यांनी उत्तरेकडून फेरहल्ला चढवून इटालियन फौजांना कोरिट्झा शहरासमोर पिटाळून लावले. त्या दरम्यान पिंड्स आघाडीवर कुमक पाठवून त्यांनी तेथेही इटालियनांना खरपूस चोप दिला. त्याच वेळी ब्रिटिश विमानांनी व्हालानो या अल्बेनियम बंदरावर आणि इटलीच्या ब्रिंडसी बंदरावर बाँबवृष्टी करून मोठा अनर्थ माजविला. त्या दोन्ही बंदरांतून इटालियन फौजांना पुरवठा होत असे.

ता. १८ नोव्हेंबरला ग्रीकांनी कोरिट्झा आघाडीवर फेरहल्ला चढवून इटालियन फौजांचा मोठा पराभव केला. तिथली इटालियन फळी त्या चढाईने पार कोलमडून पडली. अशा रीतीने अवघ्या तीन आठवड्यांच्या आतच मुसोलिनीच्या ग्रीसवरील स्वारीचे तीन तेरा झाले! ग्रीकांनी त्याच्या फौजांना पिटाळून तर लावलेच, पण अगणित युद्धसामग्री आणि सात हजार सैनिक कैद केले. त्या विजयाचे साऱ्या जगाने कौतुक केले. इटलीची पुन्हा नाचक्की झाली; पण मुसोलिनीच्या लाजेची काळजी हिटलरला होती. 'मी माझ्या हुजऱ्याचे हसे होऊ देणार नाही' असा निश्चय त्याने पूर्वीच केला होता. त्या निश्चयाप्रमाणे त्याने ग्रीसमध्ये सैन्य पाठविण्यासाठी बल्गेरियातील आपल्या लष्कराच्या हालचाली सुरू केल्या. तत्पूर्वी त्याने बल्गेरियापाशी मैत्रीचा करार केला होता. त्या करारान्वये त्याला डॅन्यूब नदीतून रुमानियात सैन्य नेण्याचा अधिकार प्राप्त झाला होता. त्याच सुमारास ग्रीसचा सर्वाधिकारी जनरल मेटाक्सस हा मरण पावला. त्याने अनियंत्रित राज्यकारभार केला असेल, पण त्याने इटालयिनांविरुद्ध अनेक विजय मिळविले, त्यामुळे ग्रीक जनता त्याचे मागील प्रमाद विसरून गेली व त्याच्या शोकामध्ये ती सामील झाली. जर्मन सैन्य आता ग्रीसच्या सरहद्दीवर येऊन पोहोचले होते. त्या सैन्यास ग्रीसला विरोध करायचा होता; पण जर्मन सैन्य म्हणजे इटालियन सैन्य नव्हते. ते विजयी सैन्य होते, त्याला अद्याप पराभव माहीत नव्हता. त्याने अल्पावधीतच युरोपातील सर्व राष्ट्रांना धूळ चारली होती.

जर्मन सैन्य एकट्या ग्रीसच्याच सरहद्दीवर येऊन थांबले नव्हते, तर युगोस्लाव्हियाच्या हद्दीवरही त्याने हालचाली सुरू केल्या होत्या. त्यामुळे युगोस्लाव्हियामध्ये चिंतेचे वातावरण पसरले. युगोस्लाव्हियाच्या राजाचा चुलता प्रिन्स पॉल हा तर स्वारी होण्यापूर्वीच शरणागतीची तयारी करू लागला व त्याने आपल्या सरकारलाही तसा सल्ला दिला. तो सल्ला लक्षात घेऊन युगोस्लाव्ह सरकारने जर्मनांशी संधान साधून शरणागतीच्या वाटाघाटी सुरू केल्या. जर्मनांनी युगोस्लाव्हियाच्या शरणागतीस ताबडतोब संमती दिली व तो करार व्हिएन्ना शहरी घडला. बाकीच्या गोष्टी सुरक्षित पार पडतील असे वाटू लागले; पण युगोस्लाव्हियामध्ये त्या कराराचे परिणाम मोठे विलक्षण झाले. लष्कराने राज्यक्रांती करून सरकार उलथून पाडले. युगोस्लाव्ह जनतेनेही त्या क्रांतीचे स्वागत केले. अशा रीतीने युगोस्लाव्हियाने आपल्या स्वातंत्र्यावर पाणी सोडण्यास नकार दिला. त्याने लढण्याचा पर्याय स्वीकारला. इंग्लंडमध्येही युगोस्लाव्हियाच्या या कणखर धोरणाचे स्वागत झाले. असे सांगतात की, इंग्लंडनेच आपल्या हस्ताकांकरवी लष्कराशी संधान साधून ती क्रांती घडवून आणली होती.

युगोस्लाव्हियाच्या त्या धाडसाचे जर्मनीत आश्चर्य वाटले. हिटलरच्या सत्तेला ते जणू आव्हानच होते. युगोस्लाव्हिया युद्ध केल्याशिवाय शरण येईल म्हणून जर्मनीने बल्गेरियातून ग्रीसवर स्वारी करण्याची योजना आखली होती. आता त्याला ती योजना बदलावी लागली. हिटलरने ग्रीस आणि युगोस्लाव्हिया या दोन्हीही देशांवर एकदमच स्वारी करण्याचा आपल्या सेनाधिकाऱ्यांना हुकूम केला. अर्थात स्वारीची तयारी करण्यास थोडा वेळ लागला. त्या दरम्यान ब्रिटिशांनी ग्रीसमध्ये सैन्य पाठविले. त्याचा परिणाम मागे सांगितल्याप्रमाणे आफ्रिकेतील त्याचे सामर्थ्य कमी होण्यात झाला. जर्मन सैन्याची स्वारी युगोस्लाव्हियावर ता. ६ एप्रिलला झाली. युगोस्लाव्हियापाशी पायदळाच्या अठ्ठावीस आणि घोडदळाच्या तीन तुकड्या होत्या; पण ते सैन्य युगोस्लाव्हियाच्या सरहद्दीवर सर्वत्र विखुरलेले होते. फक्त एकच तुकडी तेवढी राखीव होती.

जर्मनीने युगोस्लाव्हियावर तेहतीस तुकड्या पाठविल्या. त्यात सहा चिलखती होत्या. त्यांनी सर्व बाजूंनी युगोस्लाव्हियामध्ये घुसण्यास प्रारंभ केला. युगोस्लाव्ह फौजांनी त्यांना प्रतिकार करण्याचा आटोकाट

प्रयत्न केला; पण त्यांना यश आले नाही. इटालियन फौजा युगोस्लाव्हियात शिरल्या नाहीत; पण इटालियन विमानांनी युगोस्लाव्हियात भयंकर बॉम्बवृष्टी करून सर्वत्र मोठी नासधूस केली. अवघ्या दहा दिवसांत युगोस्लाव्ह फौजांचा प्रतिकार कोलमडून पडला. ता. १६ एप्रिलला युगोस्लाव्हियाने शरणागती पत्करली. ग्रीकांना जर्मन स्वारीच्या धोक्याचे आकलन झाले होते व म्हणून त्यांनी त्या स्वारीस तोंड देण्याची पूर्वतयारी केली होती. त्यांनी पश्चिम थ्रेस प्रांतांत काही ठाणी सोडून देऊन संरक्षणाची फळी आखूड केली होती. तीन तुकड्या सालोनिकाचे आणि वर्दा ते मेस्तापर्यंतच्या हद्दीचे रक्षण करीत होत्या. दोन तुकड्या एपिरसमध्ये ग्रीक आणि ब्रिटिश फौजांच्यामध्ये त्यांचा सांधा जुळवीत होत्या. ब्रिटिश फौजांचे आधिपत्य जनरल विल्सन यांच्याकडे होते. त्यांच्या फौजांत एक चिलखती ब्रिगेड, दुसरी न्यूझीलंड तुकडी आणि सहावी ऑस्ट्रेलियन तुकडी होती. या फौजांची संरक्षक फळी युगोस्लाव्ह फौजांहून चांगली होती; पण तरीही ती सदोष होती; कारण मोनास्तीर खिंड ही मोक्याची जागा असूनदेखील तिचा बचाव करण्याची चांगली व्यवस्था करण्यात आली नव्हती.

जर्मनांनी नेमकी तीच जागा हेरली व तिच्यामधून आत मुसंडी मारली. त्यांनी सालोनिकामध्ये प्रवेश केला व तिथल्या ग्रीक सैन्याला शरण आणले. जनरल विल्सन यांनी सर्बियांतून आणि हेलियाक्समन नदीच्या वळणावरून ऑलिंप फळीवर माघार घेतली; पण सात जर्मन विमानांनी अविरत बॉम्बवृष्टी सुरू केल्याने लष्करी हालचाली नीट पार पडेनाशा झाल्या. ब्रिटिश चिलखती उपतुकडीही निष्क्रिय होऊन पडली. नवीन फळी फारच मोठी होती, त्यामुळे तिचे रक्षण यशस्वीपणे करणे अशक्य झाले. त्याची परिणती ब्रिटिश फौजांच्या माघारीत झाली.

ग्रीक फौजांचा तेजस्वी प्रतिकार ता. २१ एप्रिलपर्यंत टिकला. त्या दिवशी त्यांनी शस्त्रे खाली ठेवली. आता ब्रिटिश फौजांवर ग्रीसमधून काढता पाय घेण्याची पाळी आली; पण ते स्थलांतर यशस्वी होण्याची हमी कुणीच देऊ शकत नव्हता; कारण सगळीकडे जर्मन फौजा आणि विमाने होती. त्यांच्या पहाऱ्यातून निसटणे म्हणजे मोठे धाडसच होते आणि ते धाडस रात्रीचे केले तरच काही अंशी यशस्वी होण्याची शक्यता होती.

आणि डंकर्कच्या माघारीनंतर ब्रिटिश फौजांवर पुन्हा एकदा समुद्रातून माघार घेण्याची पाळी आली. त्या वेळी ब्रिटिश बोटींना विमानाचे संरक्षण होते; पण या वेळी तेही नव्हते. ग्रीसमध्ये ब्रिटिशांनी अठ्ठावन्न हजार सैन्य उतरविले होते. त्यातील अठ्ठेचाळीस हजार काढून घेण्यात आले. बहुतेक ग्रीक युद्धनौका आणि पाणबुड्या जर्मनांच्या तावडीतून निसटल्या. त्याचप्रमाणे ग्रीसचा राजाही निसटला. त्याने क्रीट बेटावर जाऊन आपले सरकार स्थापन केले. ग्रीसची मुख्य भूमी जरी जर्मनांनी व्यापली असली, तरी बेटे मुक्त होती.

क्रीट बेटावर ग्रीसच्या मुख्य भूमीवरून काढून घेण्यात आलेली दुसरी न्यूझीलंड तुकडी, ऑस्ट्रेलियन तुकडीचा एक भाग आणि दोन छोट्या ग्रीक तुकड्या ठेवण्यात आल्या. त्या सैन्यापाशी भरपूर शस्त्रे नव्हती. सर्व शस्त्रे मागे टाकून त्यांना पळ काढावा लागला होता; पण क्रीटमध्येही जर्मनांनी त्यांचा पिच्छा पुरविला. दुसऱ्याच दिवशी जर्मन छत्रीधारी सैन्याने त्या बेटावर स्वारी केली. आधी उतरलेल्या जर्मन सैनिकांना कंठस्नान घालण्यात आले; पण त्यांच्या झुंडीवर झुंडी उतरू लागल्या. त्यांचा नि:पात करणे अशक्य होते. हवाई मार्गाप्रमाणेच इटालियन आणि जर्मन सैन्याने जलमार्गेही क्रीटवर उतरण्याचा प्रयत्न केला; पण तो प्रयत्न ब्रिटिश आरमाराने हाणून पाडला. ब्रिटिशांचे तीन क्रूझर आणि चार विनाशिका तेथे होत्या. त्यांनी शत्रूच्या सर्व बोटी बुडवून टाकल्या; पण दोदेकानेज बेटांवरून आलेल्या जर्मन विमानांनी दोन क्रूझर जायबंदी केले. ता. २८पर्यंत ब्रिटिशांनी क्रीटचा कसाबसा बचाव केला; पण नंतर त्यांना ते ताब्यात ठेवणे अशक्य झाले. सुमारे तेरा हजार ब्रिटिश आणि पाच हजार ग्रीक फौजा मागे राहिल्या. जर्मनांची पंधरा हजार हानी झाली.

❖

७.

ब्रिटनची लढाई

फ्लँडर्समध्ये ब्रिटिशांचे चार लक्ष सैन्य लढत होते. त्यातील तीन लक्ष साठ हजार सैन्य काढून घेण्यात आले. चाळीस हजार कामास आले. सातशे चार रणगाड्यांपैकी पंचवीस माघारी आले. सगळे युद्धसाहित्य रणांगणावर टाकून ब्रिटिशांना पळ काढावा लागला.

डंकर्कच्या माघारीनंतर एका महिन्याने कॉमन्सच्या गुप्त बैठकीत पंतप्रधान चर्चिल यांनी सांगितले की, डंकर्कच्या माघारीच्या वेळी जर दीड लक्ष शत्रूसैन्य इंग्लंडमध्ये उतरले असते, तर इंग्लंडचे काय झाले असते ते सांगणे कठीण आहे. पंतप्रधान चर्चिल यांच्या स्पष्टोक्तीवरून

इंग्लंडच्या त्या वेळच्या परिस्थितीची पूर्ण कल्पना येते.

इंग्लंडने युद्धघोषणा केली, तेव्हा त्याच्यापाशी सत्त्याण्णव लष्करी तुकड्या आणि चौदा चिलखती ब्रिगेड्स होत्या. त्यातील बारा तुकड्या फ्लँडर्समध्ये पाठविण्यात आल्या. त्या बारा तुकड्यांपैकी अवघ्या पाच तुकड्यांचे पूर्ण शिक्षण झालेले होते; बाकीच्या शिकाऊ होत्या; पण फ्रान्समधील पराभवामुळे ब्रिटिश जनतेच्या नैतिक धैर्यावर काडीचाही प्रतिकूल परिणाम झाला नाही. आणीबाणीच्या वेळी यत्किंचितही डगमगून न जाता शांत चित्ताने आणि अचल धैर्याने शत्रूला कसे तोंड द्यायचे ते माहीत असलेल्या त्या पाच कोटी लोकांनी या वेळीही आपल्या शत्रूशी मुकाबला करण्याचा निर्धार केला. प्रत्येक घर म्हणजे एक बालेकिल्ला बनला.

ब्रिटिश आरमाराने फ्रान्सच्या लढाईत अतुल कामगिरी बजावली. नॉर्वेच्या मोहिमेपासून डंकर्कच्या माघारीपर्यंत त्याला सारखी धावपळ करावी लागली. विशेषत: डंकर्कमधून तीन लक्ष चाळीस हजार सैनिकांना स्वगृही आणून त्याने एक विक्रमच केला. जगाच्या आरमारी इतिहासात त्याचे नाव अजरामर झाले; पण त्या भीमपराक्रमामुळे खलाशी आणि अधिकारी थकून गेले होते; त्यांना विश्रांतीची जरुरी होती. तसेच शत्रूहल्ल्यात नौकांची जी नुकसानी झाली होती ती भरून काढणेही आवश्यक होते. जवळजवळ अर्ध्याअधिक विनाशिका निरुपयोगी झाल्या होत्या. सोळा समुद्राच्या तळाशी गेल्या होत्या आणि बेचाळीस जर्मन विमानांनी जायबंदी केल्या होत्या. अशा परिस्थितीत ब्रिटिश सरकार आपल्या आरमाराची डागडुजी आणि अंतर्गत संरक्षणाची तयारी करण्यात गुंतले असता, जर्मन विमानांपासून इंग्लंडचे रक्षण करण्याची कामगिरी ब्रिटिश हवाई दलावर येऊन पडली.

इंग्लंडची आपल्या हवाई दलाची वाढ करण्याची एक योजना होती. आणि त्या योजनेप्रमाणे इंग्लंडच्या विमानात एक हजार पाचशे बारा विमानांची भर पडावयाची होती. १९३८च्या ऑक्टोबर महिन्यात अवघी चारशे सहा विमाने बांधून झाली होती. म्युनिच पेचप्रसंगाच्या वेळी इंग्लंडला संकटाचा इशारा मिळाला. चेंबर्लेन सरकारने त्वरा करून एक वर्षाच्या आत आणखी चारशे विमाने बांधली. आता इंग्लंडच्या विमानांची संख्या जवळजवळ आठशे झाली; पण जर्मन विमानांच्या मानाने ती संख्या अगदीच क्षुल्लक होती.

डंकर्कच्या माघारीत ब्रिटिश विमानांनी आरमाराला चांगलेच संरक्षण दिले. त्यांनी जर्मन विमानांची बरीच हानी केली; पण एक गोष्ट ध्यानात ठेवली पाहिजे ती ही की, जर्मन हवाई दलाने जर आपले सारे सामर्थ्य डंकर्कवर केंद्रित केले असते, तर ब्रिटिश फौजांना डंकर्कमधून माघार घेणे अशक्य झाले असते. तसे घडले नाही याचे कारण हिटलरला पॅरिस घ्यायचे होते. फ्रान्सचा एकदा पाडाव झाला की, इंग्लंडचा पाडाव दूर नाही अशी त्याची समजूत होती. इतकेच नव्हे तर डंकर्कमधून माघार घेणारे ब्रिटिश सैनिक हे आपले युद्धबंदीच असल्याची त्याने वल्गना केली होती.

फ्लँडर्सच्या लढाईत ब्रिटिश विमानांनी जर्मन विमानांशी जरी शौर्याने मुकाबला केला असला, तरी तेथे त्यांची बरीच हानी झाली. इंग्लंडची एकतृतीयांश म्हणजे चारशे त्रेसष्ठ विमाने पडली, दोनशे चौऱ्याऐंशी वैमानिक ठार अथवा युद्धकैदी बनले. त्या हानीचा ब्रिटिश हवाई दलावर प्रतिकूल परिणाम झाला. त्यांची लढाऊ कार्यक्षमता कमी झाली. त्याच वेळी जर हिटलरने इंग्लंडवर बॉम्बहल्ले चढविण्यास सुरुवात केली असती, तर इंग्लंडला विमान उत्पादन करणे अशक्य झाले असते. फ्रान्स घेतल्यावर हिटलरने दोन महिने विश्रांती घेतली. त्या काळात इंग्लंडने आपल्या हवाई दलाची हानी भरून काढली. जून आणि जुलै महिन्यात अनुक्रमे चारशे चाळीस आणि चारशे नव्वद विमानांचे उत्पादन झाले. मे महिन्यात तीनशे पंचवीस विमानांची बांधणी पूर्ण झाली होती. आता विमाने मुबलक झाली; पण ती हाकण्यास वैमानिक नव्हते. ब्रिटिश हवाई दलात अवघे चौदाशे त्रेचाळीस वैमानिक होते. अजून दोनशे वैमानिकांची जरुरी होती आणि या दोनशे वैमानिकांच्या हाती इंग्लंडचे भवितव्य होते. फ्रान्सचा पाडाव झाल्यावर जर्मनीच्या हाती फ्रान्सचे विमानतळही पडले होते. ते विमानतळ इंग्लंडच्या इतके जवळ होते की, तिथून जर्मन बॉम्बफेक्या विमानांना साध्या एका इंजिनच्या लढाऊ विमानांच्या संरक्षणात इंग्लंडच्या कुठल्याही भागावर बॉम्बहल्ले चढविता येत होते; पण हिटलरने मध्ये जी विश्रांती घेतली त्या दरम्यान ब्रिटिश संरक्षण खात्याने इंग्लंडच्या सर्व मोक्याच्या जागी विमानविरोधी यंत्रसामग्री बसवून टाकली.

दोन महिन्यांच्या विश्रांतीनंतर ऑगस्ट महिन्यात जर्मन विमाने

लहान प्रमाणात इंग्लंडवर येऊ लागली. त्यांचे मुख्य उद्दिष्ट कालव्यातील ब्रिटिश आरमार होते; पण जर्मन हेतूचा सुगावा लागल्याने ब्रिटिश नाविक खात्याने कालवा भागातून युद्धनौका काढून घेतल्या होत्या. तरीही जर्मन विमानांनी मिळेल त्या ठिकाणी ब्रिटिश युद्धनौकांवर बॉम्ब टाकण्याचा सपाटा सुरू केला.

ब्रिटिश विमानांनी १२ ऑगस्टपर्यंत सहाशे शहाण्णव जर्मन विमाने पाडली. जर्मन विमानांना त्या हानीचा मोबदला भरपूर मिळाला नाही. ती ब्रिटिशांच्या अवघ्या अठरा लहान बोटी, चार विनाशिका आणि एकशे अठ्ठेचाळीस विमाने नष्ट करू शकली. त्या छोट्या चकमकीवरून ब्रिटिश वैमानिकांना जर्मन विमानांचे सामर्थ्य व त्यांचे तंत्र इत्यादी गोष्टी अवगत झाल्या व त्यामुळेच ब्रिटिश उत्पादन खात्याला जर्मन विमानांपेक्षा बलाढ्य अशी विमाने बांधणे शक्य झाले.

मार्शल गोअरिंगने इंग्लंडवरील सर्वांत मोठ्या हवाई हल्ल्यास 'गरुडदिन' हे नामाभिधान दिले होते. त्या हल्ल्यास आज सुरुवात होईल, उद्या सुरुवात होईल अशा तो हुलकावण्या देत होता. अर्थात ती हवाई चढाई पुढे ढकलण्यात त्याचा काही दोष नव्हता. त्याची शेकडो विमाने इंग्लंडवर चालून जाण्यास तयार होती; परंतु हवामानामुळे त्याला तो हल्ला पुढे ढकलावा लागत होता.

ब्रिटिश संरक्षण खात्याने जर्मन विमानांच्या आगमनाची आपणास पूर्वसूचना मिळावी म्हणून सगळीकडे 'रडार' स्टेशने बसविली होती. त्या रडार स्टेशनांकडून पूर्वसूचना मिळू लागल्यामुळे ब्रिटिश विमानांना जर्मन विमानांचा प्रतिकार करणे शक्य झाले. काही वेळेला तर ब्रिटिश विमाने जर्मन विमानांच्या समोर जाऊन त्यांच्याशी अगोदरच लढाई करत.

गोअरिंगला त्याच्या गुप्तहेरांकडून माहिती मिळाली होती की, इंग्लंडच्या आग्नेय भागात विमानविरोधी संरक्षणाची कोणतीच व्यवस्था नसल्याने तो भाग बॉम्बहल्ल्यांनी उद्‌ध्वस्त करून टाकणे शक्य आहे. त्या माहितीवर विसंबून राहून त्याने नॉर्वेहून आग्नेय इंग्लंडवर विमानांच्या चार तुकड्या पाठविल्या; परंतु त्याला मिळालेली माहिती चुकीची होती. ब्रिटिश लढाऊ विमानांनी जर्मन बॉम्बफेक्या विमानांचा खरपूस समाचार घेतला. त्यांनी जर्मनांची चोवीस बॉम्बर्स विमाने पाडली. ब्रिटिशांच्या एकाही विमानाची हानी झाली नाही. गोअरिंगला ब्रिटिश हवाई खात्याने

चांगलाच धडा शिकविला. त्यानंतर त्याने नॉर्वेहून इंग्लंडवर आणखी विमाने पाठविली नाहीत; पण त्या पराभवाचा सूड म्हणून त्याने दुसऱ्याच दिवशी इंग्लंडवर लागोपाठ अनेक तुकड्या पाठविल्या. ते सर्व हल्ले ब्रिटिश विमानांनी यशस्वीरीत्या परतवून लावले. त्यांनी जर्मनीची शहात्तर विमाने पाडली. ब्रिटिशांची चौतीस विमाने पडली अथवा जायबंदी झाली.

ब्रिटिश विमानांना जर्मन विमानांचा प्रतिकार करणे शक्य झाले ते रडारमुळे; पण गोअरिंगला ब्रिटिश रडारच्या कार्यक्षमतेची माहिती नसावी असे वाटते; कारण १५ ऑगस्टला तो आपल्या वैमानिकांना उद्देशून म्हणाला की, ब्रिटिश रडार स्टेशन्सवर हल्ले चढविण्यात फायदा नाही; कारण एकही रडार स्टेशन उद्ध्वस्त करण्यात आपल्याला यश आलेले नाही. गोअरिंगचे चुकले ते येथेच. त्याने जर ब्रिटिश रडार स्टेशन्सवर चिकाटीने हल्ले चढवून ती नष्ट करून टाकली असती तर ब्रिटिश लढाऊ विमानांना जर्मन बॉम्बफेक्या विमानांचा यशस्वीपणे प्रतिकार करता आला नसता. गोअरिंगला ब्रिटिश रडार पद्धतीचे महत्त्व वाटले नाही, त्याचे कारण जर्मन रडार पद्धती मागासलेली होती. तथापि, दोन वर्षांनी ब्रिटिश रडार पद्धतीची कार्यक्षमता पाहून जर्मन रडार पद्धतीत सुधारणा करण्यात आली.

ब्रिटनच्या लढाईत तिथल्या रडार पद्धतीने मोलाची कामगिरी बजावली. जर्मन विमानांच्या सर्व हालचालींची ती अचूक नोंद करीत असत. त्यामुळे ब्रिटिश विमाने सावध होऊन जर्मन विमानांचा कसा प्रतिकार करावा त्याची अगोदर तजवीज करू शकत. हे तांत्रिक साहाय्य जर्मन विमानांना लाभले नाही; मात्र जर्मन वैमानिक कडवे आणि निधड्या छातीचे होते. वरिष्ठांचा हुकूम अमलात आणण्यात ते यत्किंचितही कसूर करीत नसत.

गोअरिंगचे मुख्य उद्दिष्ट ब्रिटिश विमानतळ आणि त्यांची विमान उत्पादनाची साधने नष्ट करण्याचे होते; पण आता ब्रिटिश विमानांचे उत्पादन दिवसेंदिवस वाढत जाऊ लागल्याने, जर्मन विमानांना त्यांचा वाढता प्रतिकार होऊ लागला. त्याची जाणीव गोअरिंगला झाली व त्याने बॉम्बफेक्या तुकडीला तीन लढाऊ विमान तुकड्यांचे संरक्षण देण्याचा हुकूम केला; परंतु त्या उपाययोजनेमुळे देखील जर्मन विमानांची हानी कमी झाली नाही. उदाहरणार्थ, ता. १८ ऑगस्टला जर्मन विमानांनी ब्रिटिश विमानतळावर केलेल्या बॉम्बहल्ल्यात त्यांची एकाहत्तर

विमाने कामास आली. त्यात सदतीस बॉम्बफेकी होती. ती नुकसानी पाहून गोअरिंगच्या तोंडचे पाणीच पळाले. त्याने ब्रिटनच्या लढाईतून आपली तीनशे स्टुका विमाने काढून घेतली. ब्रिटिश हवाई दलाचा तो मोठाच विजय होता; कारण जर्मन बॉम्बफेक्या विमानांचा एकचतुर्थांश भाग लढाईतून काढून टाकण्यात त्यांनी यश मिळविले.

तदनंतर इंग्लंडवर जाणाऱ्या जर्मन विमानांची हानी उत्तरोत्तर वाढतच जाऊ लागली. ती हानी पाहून गोअरिंग संत्रस्त झाला. जर्मन वरिष्ठ युद्ध मंडळाला ब्रिटनच्या लढाईचा अहवाल त्याला सादर करायचा होता; परंतु आपल्या विमानांची हानी त्यांच्या निदर्शनास येईल या भीतीने त्याने तो अहवाल सादर केला नाही. युद्धसमाप्तीनंतर लुटवेफच्या (जर्मन विमान खाते) दफ्तरांत अशी माहिती उपलब्ध झाली की, ८ ते २६ ऑगस्टच्या काळात ब्रिटनच्या लढाईत जर्मनीची सहाशे दोन विमाने नष्ट झाली; पण गोअरिंगने वरिष्ठ युद्धमंडळाला जो अहवाल सादर केला त्यात तीनशे त्रेपन्न विमाने नष्ट झाल्याचे म्हटले आहे. वरील अवधीत इंग्लंडची दोनशे एकोणसाठ विमाने नष्ट झाली; पण गोअरिंगने अशी फुशारकी मारली की, जर्मन विमानांनी इंग्लंडची सातशे एक्याण्णव म्हणजे जवळजवळ अर्धी विमाने पाडली.

तदनंतर गोअरिंगने आपल्या युद्धतंत्रात बदल केला. प्रत्येक बॉम्बफेक्या विमानाला तो एका लढाऊ विमानाचे संरक्षण देऊ लागला; पण त्या तंत्रानेही काही फायदा झाला नाही. अवघ्य तीन दिवसांत त्यांची तीनशे अठ्ठ्याहत्तर विमाने पाडण्यात आली. त्या अवधीत ब्रिटिशांची दोनशे सत्त्याहत्तर विमाने कामास आली. या आकड्यांवरून दोन्ही दलांतील विमानांच्या हानीचा फरक लक्षात येतो; पण एक मात्र खरे की, ब्रिटिश विमानांची ही हानी दुर्लक्ष करण्यासारखी खास नव्हती. आधीच इंग्लंडचे विमान उत्पादन जर्मनीपेक्षा कमी होते, त्यात या हानीची भर पडत होती; पण विमानाच्या हानीपेक्षा इंग्लंडला वैमानिकांच्या हानीची अधिक चिंता होती. इंग्लंडमधील वैमानिकांना शिक्षण देणाऱ्या शाळांतून दर आठवड्यास अवघे पासष्ट वैमानिक बाहेर पडत असत; परंतु ठार अथवा जखमी होणाऱ्या वैमानिकांची संख्या दुप्पट असे, जुलैच्या सुरुवातीस इंग्लंडपाशी चौदाशे चौतीस वैमानिक होते. एका महिन्यानंतर ती संख्या एक हजार तेवीस वर आली. सप्टेंबरच्या पहिल्या आठवड्यात

लढाईत जर्जर झालेल्या विमानांच्या तुकड्यांची जागा घेण्यास ताज्या दमाच्या तुकड्या नव्हत्या, तर तिकडे गोअरिंगच्या 'विद्युतचढाई'चा (ब्लिट्झक्रिग) जोर ओसरण्याची चिन्हे दिसत नव्हती.

हिटलर इंग्लंडवर समुद्रमार्गे स्वारी करण्याची तयारी करीत होता. त्यासाठी त्याने आरमाराची जुळवाजुळव करण्यास सुरुवात केली होती; पण त्याच्या गुप्तहेरांनी त्याला इंग्लंडमधील युद्ध उत्पादनाची जी माहिती कळविली होती, तिने तो भयंकर अस्वस्थ होऊन गेला होता. इंग्लंडने वजनी रणगाड्यांची निर्मिती सुरू केली होती. ते रणगाडे जर्मन रणगाड्यांहून बलाढ्य होते. त्यांच्यासमोर जर्मन रणगाड्यांचा निभाव लागणे कठीण होते. त्या रणगाड्यांची आणि विमाानांची इंग्लंडने मोठ्या प्रमाणात निर्मिती केली असल्यास आपणास इंग्लंडवर स्वारी करणे कठीण जाईल अशी हिटलरला भीती वाटत होती; पण गोअरिंगने त्याला दिलासा दिला की, जर्मन 'लुट्वेफ'ने ब्रिटिश विमानांचा फडशा पाडला असून, त्याचा पूर्ण नि:पात झाला की आपला इंग्लंडवरील स्वारीचा मार्ग मोकळा होईल.

गोअरिंगच्या थापांवर हिटलरचा विश्वास बसला व त्याने आपल्या सेनाधिकाऱ्यांना स्वारीची तयारी करण्याची आज्ञा दिली. त्या स्वारीचे नेतृत्व जर्मनीचे अजिंक्य सेनापती फील्ड मार्शल रुंडस्टेड्ट हे करणार होते. हिटलरने त्या स्वारीला 'ऑपरेशन सी लायन' हे गूढ भाषेतील नाव दिले होते. इंग्लंडमध्ये सैन्य कोणकोणत्या भागात उतरायचे आणि त्यांनी आपल्या हालचाली कसकशा करायच्या त्या सर्व लेखी सूचनादेखील त्या स्वारीवर जाणाऱ्या वरिष्ठ सेनाधिकाऱ्यांना देण्यात आल्या होत्या. स्वारीचा बेत झाला होता, फक्त तारीख तेवढी मुक्रर करण्याची राहिली होती; मास आणि शेल्डट या हॉलंडमधील नद्यांच्या खाडीत स्वारीवर जाणाऱ्या होड्या जमू लागल्या होत्या. त्याचप्रमाणे उत्तर जर्मनीतील बंदरांत आणि हॉलंडच्या रॉटर्डम आणि फ्रान्सच्या ला हाव्र या दोन्ही बंदरांमधल्या किनाऱ्यावर जर्मन युद्धनौकांची जमवाजमव चालली होती. शेवटी हो-ना करता हिटलरने स्वारीचा दिवस १५ सप्टेंबर हा मुक्रर केला; परंतु वाईट हवामान आणि इंग्लंडच्या खाडीतील ब्रिटिश आरमाराचा पहारा यामुळे हिटलरला तो दिवस पुढे ढकलावा लागला.

शेवटी २१ सप्टेंबर हा दिवस ठरविला गेला. त्या दिवशी आरमाराने

कोणत्याही परिस्थितीत इंग्लंडकडे कूच करायचे असे ठरले; परंतु ऐन वेळी जर्मन आरमाराचा सरसेनापती दर्यासारंग रायडर याने हिटलरला कळविले की, जर्मन हवाईदलास इंग्लंडच्या आकाशात वर्चस्व प्रस्थापित करता आलेले नाही. अशा परिस्थितीत इंग्लंडवर आपण चाल करून गेल्यास आपणास जलसमाधी मिळाल्यावाचून राहणार नाही.

ज्या दिवशी जर्मन ॲडमिरल रायडरने हिटलरला वरील कैफियत सादर केली, त्याच दिवशी जर्मन विमानांनी इंग्लंडच्या आकाशात स्वामित्व मिळविण्याचा शेवटचा प्रयत्न केला. गोअरिंगने सतत एक महिन्यापासून ती तयारी चालविली होती. ब्रिटिश हवाई दलास त्याने जर्जर करून सोडले होते. आणखी एक जबरदस्त टोला हाणल्यास त्याचे इप्सित साध्य होणार होते; परंतु त्याच वेळी एक अनपेक्षित घटना घडली. ता. २४ आणि २५ ऑगस्टला जर्मन विमानांनी लंडन शहरावर पहिलाच बॉम्बहल्ला चढविला. त्या हल्ल्यात शेकडो लोक ठार आणि जखमी झाले. कोट्यवधी रुपयांच्या मालमत्तेची हानी झाली. तो हल्ला अत्यंत अमानुष असा होता. त्या हल्ल्याने पंतप्रधान चर्चिल यांचे डोके भडकून गेले व त्याचा सूड म्हणून त्यांनी बर्लिनवर बॉम्बहल्ला चढविण्याचा ब्रिटिश विमानदलास हुकूम केला. ता. २५ ऑगस्टच्या रात्री एकशेपाच ब्रिटिश विमाने बर्लिनकडे रवाना झाली. त्यातील अवघी एकोणतीस बर्लिनपर्यंत जाऊन पोहोचली; बाकीची कामास आली; परंतु त्या एकोणतीस विमानांनी बर्लिनवर बॉम्बहल्ला करण्याची कामगिरी पार पाडली. ते धाडस ब्रिटिश विमानांना जरी महागात पडले असले, तरी जर्मन विमानांची फळी फोडून ती जर्मनीच्या राजधानीवर बॉम्बहल्ला चढवू शकतात हे सिद्ध झाले.

बर्लिनवरील ब्रिटिश विमानांच्या बॉम्बहल्ल्याने हिटलरचा भ्रमनिरास झाला. आणि जगालाही कळून चुकले की, जर्मन हवाई दल वाटते तितके बलाढ्य नाही. त्या हल्ल्यानंतर ब्रिटिश विमानांनी बर्लिनवर आणखी दोनदा हल्ले चढविले. ते धाडस पाहून हिटलर क्रोधाने वेडापिसा झाला व त्याने रेडिओवरून इंग्लंडला धमकी दिली की, आम्ही इंग्लंड बेचिराख करू व ते बेट नकाशातून पुसून टाकू.

आणि त्या धमकीप्रमाणे ता. ७ सप्टेंबरला गोअरिंगने इंग्लंडवर जवळजवळ एक हजार विमाने पाठविली. त्यातील तीनशे बहात्तर

बॉम्बफेकी आणि सहाशे बेचाळीस लढाऊ होती.

ब्रिटिश हवाई दलाचे सरसेनापती सर ह्यू डॉडिंग यांना जर्मन हल्ल्याची कल्पना होती व म्हणून त्यांनी आपल्या हाताशी असलेली सर्व विमाने त्या हल्ल्यास तोंड देण्यासाठी सज्ज करून ठेवली होती. जर्मन विमानांच्या तुकड्यांवर तुकड्या इंग्लंडवर मधमाश्यांच्या मोहोळाप्रमाणे येऊ लागल्या. ब्रिटिश विमाने त्यांच्या समोर गेली व त्यांनी त्यांच्याशी लढाई केली. हवाई लढायांच्या इतिहासातील ती सर्वांत घनघोर लढाई होय. त्या लढाईने इंग्लंडचे जीवन-मरणाचे भवितव्य निश्चित केले. ब्रिटिश विमानांनी जर्मन विमानांचा अत्यंत प्राणपणाने प्रतिकार केला; पण जर्मन विमानांची संख्या फार मोठी असल्याने त्यांनी ब्रिटिश विमानांची फळी फोडून लंडन शहर गाठले व भयंकर बॉम्बफेक केली. त्या हल्ल्याने समाधान न मानून त्याच रात्री आणखी दोनशे पंचवीस बॉम्बफेकी विमाने लंडनवर आली. त्या रात्री लंडन शहर सर्वत्र जळत होते. त्याला वणव्याचे स्वरूप प्राप्त झाले होते. त्यानंतर दोन दिवस जर्मन विमाने इंग्लंडवर आली नाहीत. फक्त आदल्या बॉम्बवर्षावातील लंडन शहराचा काही भाग जळत असलेला तेवढा आकाशातून दिसत होता. ता. ७ सप्टेंबरच्या हवाई लढाईत जर्मन विमानांची विशेष हानी झाली नाही. अवघी चौदा बॉम्बफेकी विमाने आणि चोवीस लढाऊ विमाने कामास आली; पण ब्रिटिश विमानांनी जो कडवा प्रतिकार केला, त्याने जर्मन वैमानिक स्तिमित होऊन गेले. त्यांच्या नैतिक धैर्यावर त्या प्रतिकाराचा प्रतिकूल परिणाम झाला. ब्रिटिश हवाई दलाने त्या दिवशी आठशे सतरा विमाने लढाईत आणली होती. त्यातील फक्त अठ्ठावीस विमाने पाडण्यात जर्मन विमानांना यश आले.

ता. ९ सप्टेंबरला गोअरिंगने इंग्लंडवर भर दिवसा विमाने पाठविली. त्यातील अर्धी विमाने कामास आली. ती हानी जबरदस्त अशीच होती; पण त्याने पुन्हा प्रयत्न करण्याचे ठरविले. ता. १५ सप्टेंबरला त्याने बॉम्बफेक्या विमानांचा एक काफिला इंग्लंडवर पाठविला. त्या काफिल्यातील प्रत्येक विमानाला पाच लढाऊ विमानांचे संरक्षण होते; पण ब्रिटिश विमानांनी त्या बॉम्बफेक्या विमानांना इंग्लंडच्या किनाऱ्यापर्यंत येऊच दिले नाही. त्यांनी त्यांना खाडीतच गाठून त्यांच्याशी लढाई केली. त्या दिवशी ब्रिटिश विमानांची संख्याही मोठी होती. त्यांनी जर्मन विमानांना

अलग अलग गाठून त्यांचा पाठलाग केला व त्यांना पिटाळून लावले.

ब्रिटिश लढाऊ विमानांचा तो ब्रिटनच्या लढाईतील दुसरा मोठा विजय होता; पण त्या विजयावर समाधान मानून स्वस्थ बसण्यास ब्रिटिश अधिकारी तयार नव्हते. त्या रात्री त्यांनी हॉलंडच्या आणि फ्रान्सच्या किनाऱ्यावर इंग्लंडवरील स्वारीसाठी गोळा झालेल्या जर्मन होड्यांवर अचानकपणे भडिमार केला. दुसऱ्या रात्रीही त्यांनी तसाच भडिमार केला. त्या बॉम्बहल्ल्यात हिटलरच्या जवळजवळ बारा टक्के आरमाराने पाण्याचा तळ गाठला. जर्मन आरमाराने ब्रिटिश विमानांची भयंकर दहशत घेतली. त्यांची पूर्ण खात्री झाली की, आपण जर इंग्लंडच्या स्वारीवर जाण्याचे धाडस केले, तर आपणाला निश्चितपणे समुद्राचा तळ गाठावा लागेल. जर्मन विमानांना इंग्लंडच्या आकाशात हवाई वर्चस्व स्थापन करणे अशक्य झालेले पाहून हिटलरचा इंग्लंडवरील स्वारीचा बेत ढासळण्याच्या मार्गाला लागला. ता. १९ सप्टेंबरला त्याने स्वारीवर जाण्यासाठी जमलेल्या जहाजांना सुरक्षित बंदराचा आश्रय घेण्याचा हुकूम केला. त्या प्रचंड आरमाराने इंग्लंडच्या किनाऱ्यावर एखादा अचानक छापा घालण्याचेदेखील धाडस केले नाही.

तदनंतर जर्मन विमाने इंग्लंडवर महिना दीड महिना येत होती; पण त्यांची दिवसेंदिवस अधिकाधिक हानी होऊ लागली. ते हल्ले केवळ लाक्षणिक स्वरूपाचे होते. जर्मन हवाई दल ता. १५ सप्टेंबरलाच पराभूत झाले; परंतु मार्शल गोअरिंग मात्र तो पराभव मान्य करण्यास तयार नव्हता. ती हानी पत्करून देखील तो इंग्लंडवर विमाने पाठवीत होता. त्याचे कारण हे की, इंग्लंडचा पिच्छा जर्मनीने सोडलेला नाही, हे त्याला जगाच्या निदर्शनास आणायचे होते.

ता. १५ सप्टेंबरच्या हवाई लढाईत सहाशे अठ्ठ्याहत्तर जर्मन विमानांनी भाग घेतला होता, त्यातील एकशे पंच्याऐंशी विमाने पाडण्यात आली. जर्मन हवाई दलावर तो मोठाच आघात होता. ब्रिटिश वैमानिकांच्या पराक्रमाने जर्मन वैमानिक स्तिमित होऊन गेले होते. असे सांगतात की, जर्मन हवाई दलातील एक शूर अधिकारी मेजर गॅलंड याला गोअरिंगने 'मेजर, तुम्हाला कोणत्या जातीची लढाऊ विमाने आवडतात' असा प्रश्न केला असता 'मला स्पिटफायर (ब्रिटिश लढाऊ विमान) जातीच्या विमानांची एक तुकडी द्या' असा जबाब मेजर गॅलंडने दिल्याचे सांगतात.

ब्रिटनच्या लढाईतील स्पिटफायर विमानांचा प्रताप कसा असतो याचे हे एक प्रतीक आहे. ती लढाई निव्वळ त्या लढाऊ विमानांनी जिंकली नाही. ती लढाई जिंकण्यामागे एका राष्ट्राचा दुर्दम्य आशावाद होता. ब्रिटिश वैमानिकांचे शौर्य, रडारचे आणि इतर यंत्रसामग्रीचे साहाय्य आणि प्रत्येक ब्रिटिश नागरिकाचा 'शत्रूला मारीन किंवा मरेन' हा कृतनिश्चय ब्रिटनची लढाई जिंकण्यास कारणीभूत झाला.

ब्रिटनच्या हवाई लढाईत पराभव झाल्यावर हिटलरने इंग्लंडकडे दृष्टिक्षेप टाकला नाही. त्याने आपला मोहरा रशियाकडे वळविला.

❖

८.

रोमेलची आफ्रिकेतील धडक

मागे उल्लेख आलाच आहे की, आफ्रिकेमध्ये इटालियन फौजांची पिछेहाट थांबविण्याकरिता जर्मनीने लिबियामध्ये सैन्य धाडले. सिसिली बेट हा त्या सैन्याचा बिनीचा तळ होता. तिथून आफ्रिकेतील जर्मन फौजांना पुरवठा व्हावयाचा होता. हिटलरने आफ्रिकेला जे सैन्य पाठविले त्याचे आधिपत्य त्याने जनरल रोमेल यांच्याकडे सुपूर्त केले होते.

आफ्रिकेच्या मोहिमेमुळे रोमेल यांचे नाव एकदम जगासमोर आले. एक निष्णात सेनाधिकारी म्हणून जगाच्या लष्करी इतिहासात रोमेलनी आपले नाव कायम करून ठेवले आहे. त्यांचा जन्म जर्मनीत १८९१मध्ये

झाला. १९१०मध्ये ते व्हुर्टेंबर्ग रेजिमेंटमध्ये कॅडेट होते. त्यांचे लष्करी शिक्षण झाले तेव्हा ते एक सामान्य विद्यार्थी होते. त्यांची शरीरयष्टीही किरकोळ होती; पण पहिल्या महायुद्धात त्यांच्या लष्करी विद्येचा आविष्कार झाला. ते त्या युद्धात एकदा रुमानियांत आणि दुसऱ्यांदा इटलीत असे दोनदा जखमी झाले. त्यांनी गाजविलेल्या पराक्रमाबद्दल 'लोह क्रूस' हे सर्वश्रेष्ठ मानचिन्ह त्यांना मिळाले.

दुसऱ्या महायुद्धाच्या सुरुवातीला पोलिश मोहिमेमध्ये ते फ्यूररच्या मुख्य तळाचे कमांडंट होते. त्या वेळी त्यांनी पंधराव्या जर्मन सेनेतील सातव्या पांझर तुकडीचे नेतृत्व केले. या तुकडीला 'भुते' हे नाव पडले, त्यावरून त्या तुकडीच्या पराक्रमाची कल्पना येते. ही तुकडी फ्लँडर्सच्या लढाईत अगदी आघाडीवर होती. मॅज नदीवरील दोस्त फळीचा भेद करण्यात ही तुकडी सर्वांत पुढे होती. १९४०च्या २१ मे रोजी ब्रिटिशांनी जर्मन फौजांवर प्रतिहल्ला चढविला, तेव्हा रोमेल ब्रिटिशांच्या हातात पडणार होते; पण थोडक्यात बचावले. ब्रिटिशांनी डंकर्कमधून माघार घेतली तेव्हाही रोमेल आपल्या तुकडीनिशी सगळ्यांच्या समोरच होते. त्यांनी शेरबुर्ग शहर घेऊन तीस हजार फ्रेंच सैन्य कैद केले होते.

अशा रीतीने रोमेलनी प्रत्येक ठिकाणी विजय मिळविल्यामुळे १९४१च्या सुरुवातीला हिटलरने त्यांची लिबियामध्ये नेमणूक केली होती. या नेमणुकीप्रमाणे ते ता. १२ फेब्रुवारीस आपल्या सेनाधिकाऱ्यांसह त्रिपोलीला येऊन दाखल झाले. त्या वेळी ब्रिटिश सेनापती जनरल व्हावेल यांनी इटालियनांना सळो की पळो करून सोडले होते. त्रिपोली सोडून बाकीचे सगळे आफ्रिकेतील इटालियन साम्राज्य ब्रिटिशांनी घेतले होते. रोमेलनी आफ्रिकेत पाऊल टाकल्यावर एकदम चढाईची योजना आखली. ते जेव्हा इटालियन सरसेनापतीला कळले, तेव्हा तो रोमेलना म्हणाला, "आमच्या परवानगीशिवाय 'जर्मन आफ्रिका कोअर'ला चढाई करता येणार नाही." त्यावर रोमेलनी इटालियन सरसेनापतीला बाणेदार उत्तर दिले, "एक जर्मन सेनापती या नात्याने मला परिस्थितीप्रमाणे हुकूम देण्याचा अधिकार आहे." आणि मग त्यांनी आपणास लष्करी मोहिमेचे संपूर्ण स्वातंत्र्य मिळविले. एखाद्या जुगाऱ्याप्रमाणे ते लष्करी डाव खेळत आणि त्यांच्या सुदैवाने ते डाव यशस्वी होत. त्यांनी आपली चढाई यशस्वी करून दाखविली. ब्रिटिश फौजांना त्यांनी

इजिप्तमध्ये पिटाळून लावले. जनरल रोमेल आणि त्यांची आफ्रिका कोअर यांनी आफ्रिकेत सगळीकडे मोठा वचक निर्माण केला.

१९४२च्या जानेवारीत पंतप्रधान चर्चिल हे कॉमन्समध्ये रोमेलसंबंधी म्हणाले, "आम्हाला एक धाडसी आणि हुशार प्रतिस्पर्धी निर्माण झाला आहे. आणि मला त्यापुढेही जाऊन सांगायचे आहे की, हा प्रतिस्पर्धी एक महान सेनानीही आहे." चर्चिलसारख्या एका मोठ्या नेत्याच्या गौरवास आणि आदरास एखाद्याने पात्र होणे हा खरोखरच मोठा मान आहे आणि तो मान रोमेलनी मिळविला, हे त्यांचे सद्भाग्य.

रोमेल हे जसे मोठे प्रतिभावंत सेनापती होते, तसेच ते करारीही होते. हिटलरने त्यांच्या योग्यतेप्रमाणे त्यांना एका मोठ्या मोहिमेचे नेतृत्व देऊन त्यांच्या लष्करी विद्येचे चीज केले हे जरी खरे असले, तरी ते हिटलरचे चाहते नव्हते. ते त्याचा द्वेष करीत असत. १९४४मध्ये हिटलरला पदभ्रष्ट करण्याचा जो एक कट झाला त्यात रोमेलचा हात होता. तो कट उघडकीस आल्याने रोमेलना आत्महत्या करावी लागली.

रोमेलच्या आफ्रिका कोअरने अशा रीतीने आफ्रिकेच्या पश्चिम वाळवंटात लागोपाठ मोठे विजय संपादन केल्याने इंग्लंडमध्ये चिंतेचे वातावरण पसरले. रोमेल बलाढ्य झाले असल्यास सबंध आफ्रिकेलाच त्यांच्यापासून धोका पोहोचण्याची भीती होती. कशाही रीतीने यांच्या आक्रमणाला पायबंद घालणे आवश्यक होते आणि पंतप्रधान चर्चिल यांचाही तोच निदिध्यास होता.

इराकमधील बंड

१९३०च्या अँग्लो-इराकी करारान्वये इंग्लंडला शांततेच्या काळात बसरा आणि हब्बानिया येथे हवाई तळ बांधण्याचा हक्क प्राप्त झाला होता. त्याचप्रमाणे युद्धाच्या काळात इराकमधील रेल्वे, नद्या, बंदरे आणि विमानतळ वापरण्याची सवलतही इंग्लंडला मिळाली होती. दुसरे महायुद्ध सुरू होताच इराकने जर्मनीकडील राजनैतिक संबंध तोडले; पण युद्ध जाहीर केले नाही. तदनंतर इटलीने युद्धप्रवेश केला; पण इराकने त्याच्याकडील राजनैतिक संबंध तोडले नाहीत. इतकेच नव्हे तर बगदाद शहरातील इटालियन वकिलात हे गट्टी राष्ट्रांच्या प्रचाराचे केंद्र बनले. या ब्रिटिशविरोधी प्रचाराला जेरुसलेमच्या ग्रँड मुफ्तीची मदत

होती. युद्धाच्या सुरुवातीला तो पॅलेस्टाईनमधून बगदादला पळून गेला होता.

फ्रान्सचा पाडाव झाल्यावर गट्टी राष्ट्राचे शिष्टमंडळ सिरियामध्ये आले. त्यामुळे इंग्लंडची पूर्वेकडील इभ्रत आणखी कमी झाली. १९४१च्या मार्चमध्ये दोस्तांच्या दृष्टीने परिस्थितीने वाईट वळण घेतले. रशीदअल्ली इराकचा पंतप्रधान झाला. तो सुरुवातीपासून जर्मनीचा मित्र म्हणून प्रसिद्ध होता. या कारस्थानी मनुष्याने तीन प्रमुख इराकी अधिकाऱ्यांशी संगनमत करून इराकमध्ये ब्रिटिशविरोधी कट घडवून आणला. इराकचा राजा लहान असल्याने त्याचा चुलता अमीर अब्दुल्ला हा राज्यकारभार पाहत होता. तो ब्रिटिशांचा मित्र होता. त्याला अटक करण्याचा कटवाल्यांचा बेत होता; पण अब्दुल्लाला त्या कटाचा सुगावा लागल्याने तो बगदादमधून पळून गेला.

ब्रिटिश सरकारने या प्रसंगी ताबडतोब हालचाल केली; कारण मध्यपूर्वेत इराकला महत्त्वाचे स्थान होते. विशेषकरून बसरा हे पर्शियन आखातातील बंदर मोक्याचे होते. त्या वेळी लॉर्ड लिनलिथगो हे हिंदुस्थानचे व्हाइसरॉय होते. त्यांनी ताबडतोब इराकला सैन्य धाडण्याची व्यवस्था केली.

रशीदअल्लीने अर्थात या सैन्याला बसरा बंदरात पाय ठेवण्यास विरोध केला. ता. २ मे रोजी इराकी फौजा आणि इराकमधील मूठभर ब्रिटिश सैन्य यांच्यामध्ये लढाईस तोंड फुटले. हब्बानिया विमानतळावर काही बॉम्बफेकी विमाने होती. त्यांनी इराकी सैन्यावर बॉम्बवृष्टी करण्यास सुरुवात केली. त्याचा बदला म्हणून इराकी सैन्याने कँटोन्मेंटवर तोफा डागल्या. इराकी विमानांनीही लढाईत भाग घेतला. चाळीस ब्रिटिश ठार अथवा जखमी झाले व बावीस विमाने नष्ट झाली; पण ब्रिटिश विमानांनी इराकी तोफखान्याला पुढे सरकू दिले नाही. ता. ३ आणि ४ मे रोजी हब्बानिया येथील मूठभर ब्रिटिश सैनिकांनी इराकी फौजांवर चढाई सुरू केली. इराकी सैन्य मागे हटू लागले. त्यांचे चारशे सैनिक, डझनभर तोफा, साठ मशिनगन्स आणि दहा चिलखती गाड्या ब्रिटिशांच्या हाती पडल्या. इराकी हवाई दलात साठ विमाने होती. ती ब्रिटिश विमानांनी नष्ट केली. ता. १८ मे रोजी पॅलेस्टाईनमधून हब्बानियाला एक ब्रिटिश यांत्रिक ब्रिगेड आली व तिने लगेच लढाईत भाग घेतला.

हिटलरने बगदादमध्ये आपले काही अधिकारी पाठविण्याचा प्रयत्न केला; पण त्याला यश आले नाही.

ता. २७ मे रोजी ब्रिटिश फौजांनी बगदादवर चाल केली. ता. ३०ला त्यांनी बगदादच्या परिसरात प्रवेश केला. त्या फौजा अगदीच क्षुल्लक होत्या; पण रशीद- अल्लीने धास्ती घेतली व आपल्या मंत्र्यांसह इराणला पळ काढला. ता. ३१ मे रोजी रीजंट अमीर अब्दुल्लाची त्याच्या अधिकारावर पुन्हा स्थापना झाली. अशा रीतीने रशीदअल्लीच्या बंडाचा बीमोड होऊन ब्रिटिश फौजांनी इराकचा कबजा घेतला.

सिरिया

सिरिया हा फ्रेंच साम्राज्यातील देश होता. फ्रान्सच्या पाडावानंतर व्हिशी सरकारने तिथल्या फ्रेंच सैन्याने पॅलेस्टाईनमधील ब्रिटिश सैन्याशी हातमिळवणी करू नये म्हणून तात्काळ उपाययोजना केली. तिथली पोलिश ब्रिगेड पॅलेस्टाइनमध्ये आली; पण फ्रेंच आले नाहीत. १९४०च्या ऑगस्ट महिन्यात सिरियामध्ये इटालियन तहकमिशन आले व त्याने युद्धाच्या सुरुवातीला स्थानबद्ध करून ठेवण्यात आलेल्या जर्मन हस्तकाची मुक्तता केली. १९४०च्या अखेर तेथे आणखी जर्मन आले व त्यांनी ब्रिटिशविरोधी प्रचार धूमधडाक्याने सुरू केला. तिथल्या अरब लोकांमध्ये त्यांनी ज्यूविरोधी प्रचारही सुरू केला. दोदेकानिज बेटांतील जर्मन विमानांनी सुएझ कालव्यामध्ये बॉम्बफेक करण्यास सुरुवात केली होती. त्यांनी अद्याप सिरियावर स्वारी केली नव्हती. असे जरी असले तरी त्यांना तेथे छत्रीधारी सैनिक केव्हाही उतरविता येणे शक्य होते आणि तसे झाल्यास त्यांच्यापासून इजिप्त कालवा विभाग आणि आबादान येथील तेल शुद्ध करण्याच्या कारखान्यांना धोका निर्माण होणार होता. तसेच पॅलेस्टाईन आणि बगदाद या दोन्ही देशांमधील खुष्कीचे दळणवळण जर्मन विमानांना तोडता आले असते.

सिरियामध्ये व्हिशी फ्रान्सचे पस्तीस हजार सैन्य जनरल डेन्ट्झ याच्या आधिपत्याखाली होते. या सैन्यापाशी एकशे वीस तोफा, नव्वद रणगाडे, नव्वद विमाने आणि बैरुतच्या नाविक दलावर दोन विनाशिका आणि तीन पाणबुड्या होत्या. हे सैन्य फार मोठे नव्हते. ब्रिटिशांनी

सिरियावर हल्ला करण्याचा बेत आखला. त्या हल्ल्यात सातवी ऑस्ट्रेलियन तुकडी, पहिल्या घोडदळाच्या तुकडीचा एक भाग आणि पाचव्या हिंदी पायदळाची एक उपतुकडी इतक्या सैन्याचा वापर करण्याचे ठरविले.

ता. ८ जूनला ब्रिटिशांनी इराकमधून सिरियावर चाल केली. ब्रिटिश सैन्याची कल्पना व्हिशी अधिकाऱ्यांना नसल्याने त्यांनी सुरुवातीला नाममात्रच प्रतिकार केला; पण ब्रिटिश सैन्य छोटे असल्याचे कळताच त्यांनी तीव्र प्रतिकार केला. इकडे ब्रिटिश युद्धनौकांनी बैरुतच्या नाविक तळावरील फ्रेंच युद्धनौकांना पिटाळून लावले. फ्रेंचांचा प्रतिकार उत्तरोत्तर तीव्र होत गेल्याने ब्रिटिशांना कुमकेची आवश्यकता भासली. ती कुमक जनरल व्हावेल यांनी पाठविण्याची व्यवस्था केली. पहिल्या घोडदळाच्या तुकडीतील एक उपतुकडी व दहाव्या हिंदी तुकडीच्या दोन उपतुकड्या ताबडतोब रवाना करण्यात आल्या.

जून महिनाअखेर फ्रेंचांनी ब्रिटिश आक्रमण थोपवून धरण्याचा प्रयत्न केला; पण आता ब्रिटिशांना ताज्या दमाची कुमक आली असल्याने आपला प्रतिकार व्यर्थ आहे असा विचार करून फ्रेंच सेनापती जनरल डेंट्झ याने शरणागती पत्करली. ता. १२ जुलैला सकाळी साडेआठ वाजता शरणागतीच्या करारावर सह्या झाल्या. सिरियाच्या मोहिमेत ब्रिटिशांचे चार हजार सहाशे सैनिक ठार अथवा जखमी झाले, तर फ्रेंचांचे सहा हजार पाचशे. या वेळी एक कटू प्रकार घडला. व्हिशी फौजांनी जे ब्रिटिश सैनिक लढाईत कैद केले होते ते त्यांनी व्हिशीकडे पाठवून दिले होते. युद्धकैद्यांच्या सुटकेच्या वेळी ती गोष्ट उघडकीस आली. तो प्रकार संतापजनक होता. ब्रिटिशांनी त्याचा बदला म्हणून जनरल डेंट्झ आणि त्यांच्या अधिकारी मंडळातील वरिष्ठ अधिकाऱ्यांना ओलीस धरले. त्याचा योग्य तो परिणाम होऊन व्हिशी सरकारने ब्रिटिश युद्धकैदी परत केले.

सिरियाची मोहीम यशस्वी झाल्याने मध्यपूर्वेतील ब्रिटिश स्थिती सुधारली. तुर्कस्तानची दक्षिण सरहद्द दोस्तांना सुरक्षित झाली आणि मध्यपूर्वेतील जर्मन प्रवेशास आळा बसला. आता ब्रिटिशांनी आपले सारे लक्ष आफ्रिकेच्या पश्चिम वाळवंटातील युद्धावर केंद्रित केले.

❖

९.

रशियावरील जर्मन स्वारी

१९४१च्या २२ जूनला जर्मनीने रशियाशी युद्ध पुकारले. जर्मनी आपणावर स्वारी करणार आहे हे रशियाला माहीत होते; पण ती स्वारी इतक्या लवकर होईल असे मात्र त्यांना वाटले नव्हते. रशियापाशी त्या वेळी एकशे शहाऐंशी तुकड्या तयार होत्या; पण त्यांना जर्मन स्वारीची कल्पना नसल्याने त्या बेसावध होत्या. जर्मन फौजांनी त्यांच्यावर अचानकपणे हल्ला केल्याने त्यांची चांगलीच त्रेधातिरपीट उडाली. जर्मन विमानांनीही रशियन विमानतळावर अचानक मोठ्या प्रमाणात बॉम्बहल्ले चढवून शेकडो विमाने नष्ट केली.

१९३९मध्ये रशियाने दोस्तांशी दगलबाजी करून हिटलरशी अनाक्रमणाचा करार केला होता व पोलंडवर स्वारी करून त्याचा अर्धा भाग खालसा केला होता. त्या दगलबाजीची दोस्तांना विशेषकरून इंग्लंडला चांगली आठवण होती; पण हिटलर हा त्यांचा आता सामाईक शत्रू झाला होता, म्हणून पंतप्रधान चर्चिल यांनी रशियाला आपल्या बाजूला ओढण्यासाठी ता. २२च्या रात्री रशियन जनतेला उद्देशून तिला धीर देणारे एक भाषण केले. ते म्हणाले, "नाझी सत्ता हा मानवतेचा महान शत्रू आहे. त्या सत्तेचा नाश करणे हे आमचे अंतिम ध्येय असून, ते ध्येय साध्य होईपर्यंत नाझी जर्मनीशी आमचे युद्ध चालू राहणार आहे. आम्ही जर्मनीशी जमिनीवर, समुद्रावर, आकाशात सगळीकडे लढणार आहोत. जोपर्यंत नाझी सत्तेचा अवशेष पुसला जाणार नाही, तोपर्यंत आमचा लढा चालू राहील. जो मनुष्य किंवा जे राष्ट्र हिटलरशी युद्ध पुकारील त्याला आमची मदत मिळेल; जो मनुष्य किंवा जे राष्ट्र हिटलरशी दोस्ती करील त्याला आम्ही आमचा शत्रू समजू. हिटलरने रशियाशी युद्ध पुकारले असल्याने रशिया आमचा त्या क्षणापासून मित्र झाला आहे. त्याला आणि रशियन जनतेला आम्ही आमच्याकडून जेवढी होईल तेवढी मदत करू. इतकेच नव्हे, तर दुनियेतील आमच्या सगळ्या मित्रांना आणि हितचिंतकांना रशियाला मदत करण्याचे आवाहन करू."

हिटलरने रशियावर स्वारी केल्याने युद्धाला निराळी कलाटणी मिळाली. स्टालिनने १९३९मध्ये हिटलरशी अनाक्रमणाचा करार करून जी सवड मिळविली होती, तीत त्याने युद्धाची जंगी तयारी केली होती. ती तयारी हिटलरच्या कल्पनेपेक्षा मोठी होती; पण हिटलरने अनपेक्षितपणे हल्ला करून रशियाची कल्पनातीत हानी केली.

जर्मन युद्धफळी उत्तरेस बाल्टिक समुद्रापासून खाली दक्षिणेस काळ्या समुद्रापर्यंत लांबच लांब होती. उत्तर सैन्यगटाचे आधिपत्य जनरल व्हॉन लीब यांच्याकडे होते व त्या गटात एकोणतीस तुकड्या होत्या; पैकी तीन तुकड्या चिलखती आणि तीन यांत्रिक होत्या. त्यांनी पूर्व प्रशियातून लेनिनग्राड शहराच्या रोखाने चाल केली होती. मध्यसेनेचे नेतृत्व जनरल व्हॉन बॉक हे करीत होते. त्या सेनेत पन्नास तुकड्या होत्या; पैकी नऊ चिलखती आणि सहा यांत्रिक होत्या. ही सेना उत्तर पोलंडमधून

स्मॉलेन्स्कच्या रोखाने चाल करीत होती. दक्षिण सेना गटांमध्ये एकेचाळीस तुकड्या होत्या; पैकी पाच चिलखती आणि तीन यांत्रिक होत्या. त्या सेनेचे सेनापती मार्शल रुंडस्टेड्ट हे होते. या सेनेचे उद्दिष्ट सखल नीपर नदी होते. त्याच्याखाली आणखी सव्वीस तुकड्या राखीव होत्या. त्या चढाईला दोन हजारांहून अधिक विमानांचे पाठबळ होते. उत्तरेस बारा फिनिश तुकड्यांनी लेनिनग्राडच्या रोखाने चाल करायची होती. फिनलंडचे वयोवृद्ध सेनापती फील्ड मार्शल मॅनरहिम यांनी रूसो-फिनिश तहाचा करार मोडून जर्मनीच्या बाजूने रूसो-जर्मन युद्धात भाग घेण्याचा निर्णय घेतला होता. फिनिश तुकड्यांनी जनरल व्हॉन लीब यांच्या फौजांना साहाय्य करायचे होते. दक्षिणेस अकरा रुमानियन तुकड्या होत्या त्यांना प्रूथ नदीवर बचावाची फळी निर्माण करायची होती.

त्याशिवाय आणखी सहा रुमानियन तुकड्यांनी दक्षिण सेना विभागाबरोबर चढाईत भाग घ्यायचा होता. एकंदरीत हिटलरने एकशे चौसष्ट तुकड्या रशियावरील स्वारीत लोटल्या होत्या. जर्मन फौजांसमोर एकशे एकोणीस रशियन तुकड्या आणि सुमरे पाच हजार विमाने उभी होती. सदुसष्ट तुकड्या फिनलंडमध्ये, कॉकेशसमध्ये आणि मध्य रशियात विखुरल्या होत्या. रशियन सेनेचे बल जर्मन सेनेपेक्षा जरा कमी असले, तरी जर्मन फौजांसमोर त्यांचा निभाव लागला नाही. त्यांच्या विमानांची तर भयंकर हानी झाली. रशियाऐवजी दुसरा एखादा देश असता, तर त्याचा तत्काळ पराभव झाला असता. फक्त रशियाचे रक्षण त्याच्या अफाट क्षेत्रफळाने केले. पहिल्या महिन्यात जर्मन फौजा तीनशे मैल आत शिरल्या. स्मॉलेन्स्क घनघोर लढाईनंतर पडले. तेथे रशियनांनी प्रतिहल्ला चढविला होता; पण तो अयशस्वी झाला. तथापि, लेनिनग्राडपर्यंत जर्मन फौजा पोहोचल्या नाहीत आणि कीव्हही रशियनांच्याच हातात होते.

ज्या वेळी हिटलरच्या चिलखती आणि यांत्रिक फौजा अख्खे युरोप पादाक्रांत करीत होत्या, तेव्हा रशियन नेते जर्मन आक्रमणाकडे तटस्थ नजरेने पाहत होते. त्यांनी जर्मनीला आर्थिक मदतदेखील केली होती; पण आता त्याच हिटलरने स्वारी करताच रशियन नेत्यांनी इंग्लंडसमोर मदतीची झोळी पसरली. त्यांनी अमेरिकेकडेही मदतीची याचना केली आणि मग 'दुसरी आघाडी उघडा' असा दोस्तांमागे लकडा लावला.

दारूगोळ्याच्या आणि शस्त्रास्त्रांच्या उत्पादनाच्या बाबतीत इंग्लंडची स्थिती १९४१ साली मुळीच समाधानकारक नव्हती. पण तरीही इंग्लंडने सप्टेंबर महिन्यात 'आर्ग्युज' या नावाच्या जहाजाने रशियाला हरिकेन विमानांच्या दोन तुकड्या पाठविल्या. या तुकड्या लगेच युद्धात शिरल्या व त्यांनी सतत तीन महिनेपर्यंत जर्मनांशी टक्कर दिली.

जर्मन फौजा रशियामध्ये खूप आत गेल्या होत्या; पण जुलै महिनाअखेर हिटलर आणि त्याचा सरसेनापती व्हॉन ब्राउचिट्श्च या दोघांमध्ये एक मूलभूत असा वाद निर्माण झाला. ब्राउचिट्श्चे असे म्हणणे होते की, मार्शल टिमोशेंको यांची मास्को आघाडीवरील सेना म्हणजे रशियाचे मुख्य सामर्थ्य असून, त्या सेनेचा प्रथम पाडाव केला पाहिजे. हिटलरला ते म्हणणे मान्य झाले नाही. त्याने सगळीकडे सारखीच चढाई झाली पाहिजे, असा आग्रह धरला. शेवटी हिटलर हा सर्व जर्मन फौजांचा सरसेनापती असल्याने त्याच्या सेनाधिकाऱ्यांना आपली वैयक्तिक मते बाजूस ठेवून त्याचे हुकूम अमलात आणणे भाग पडले. हिटलरने लेनिनग्राड, डॉनेट्झ खोरे आणि कॉकेशसमधील तेलाच्या खाणी घेण्याचा आग्रह धरला. सप्टेंबर महिन्याच्या सुरुवातीस मध्य आघाडीवर जर्मनांनी सुमारे अडीच लक्ष रशियनांना कोंडीत पकडून त्यांचा निःपात केला. तसा विजय त्यांना उत्तरेस किंवा दक्षिणेस मिळाला नाही. लेनिनग्राडला त्यांनी वेढा घातला; पण ते शहर पडले नाही. लेनिनग्राडच्या शिबंदीने अखेरपर्यंत शहर लढविण्याचा आपला निर्धार जाहीर केला.

रशियाच्या युद्धप्रवेशाचे दोस्तांनी स्वागत केले; पण त्यांना सुरुवातीस त्यांची काही मदत झाली नाही. पुष्कळ लष्करी निरीक्षकांनी असा अंदाज केला होता की, रशियन फौजा आपला निःपात टाळण्यासाठी लवकरच शरणागती स्वीकारतील. रशियन युद्धआघाडी बाराशे मैल लांब होती. रशियन सरकारचे सामर्थ्य, रशियन जनतेचे धैर्य, त्याचे अगणित मनुष्यबळ, देशाचा मोठा विस्तार आणि रशियन हिवाळा यांनी हिटलरच्या फौजांचा नाश केला. तसे नसते तर रशियन फौजांचा पराभव अटळ होता. रशियन फौजांविषयी फक्त रूझवेल्ट यांना तेवढा विश्वास वाटत होता. त्यांनी १९४१च्या सप्टेंबरमध्ये उघडपणे जाहीर केले, 'मॉस्कोचा पाडाव होणार नाही, रशियन फळी टिकून राहील.'

आणि रशियन जनतेच्या सुदैवाने प्रे. रूझवेल्ट यांची भविष्यवाणी खरी ठरली.

रशियन युद्धप्रवेशामुळे दोस्तांचा जरी फार मोठा फायदा झाला नसला तरी त्यातून एक गोष्ट निष्पन्न झाली. जर्मन विमानांचे इंग्लंडवरील हल्ले कमी झाले व इंग्लंडवरील जर्मन स्वारीचा धोका कमी झाला.

जर्मन चढाईला आता दोन महिने झाले होते. जर्मनीचा आघात जरी प्राणघातक असला, तरी रशियन अस्वलाने तो झेलला. त्याला मूर्च्छा आली; पण ते गतप्राण झाले नाही. रशियाची सर्व प्रकारची हानी अगणित होती; पण त्याच्या प्रतिकारात शिथिलता आली नाही. उलट तो प्रतिकार दिवसेंदिवस तीव्र होत गेला. रशियन गनिमांनी जर्मन सैन्याच्या पिछाडीस उठाव करून त्यांना सतावून सोडण्यास सुरुवात केली. त्यांचा मुख्य भर जर्मनीची रसद तोडण्यावर होता. रशियन रेल्वे मागासलेली होती आणि इतर रस्तेही चांगले नव्हते. जर्मन बॉम्बहल्ल्यात त्यांचे भयंकर नुकसान झाले होते.

रशियन हिवाळ्याला आता तीन महिने उरले होते. त्याच्या आत जर्मन फौजांना मॉस्को घ्यायचे होते; पण ते त्यांना शक्य होते का? आणि मॉस्को घेतल्याने रशियन मोहीम संपणार होती का? जर्मन फौजांनी कीव्ह शहर घेतल्याने हिटलर हुरळून गेला होता. जणू काही रशियन युद्ध जिंकल्याचीच बढाई तो मारीत होता; पण पूर्व आघाडीवरील जर्मन सेनापती मात्र त्या आनंदात भाग घेऊ शकत नव्हते. ते चिंताक्रांत दिसत होते. रशियनांचा प्रतिकार तीव्र होत चालला होता. श्वेत रशियातील रशियन फौजांचा निःपात अजून झालेला नव्हता आणि इकडे पश्चिमेकडे इंग्लंडमधील रशियन वकील मौस्की इंग्लंडकडे फ्रान्समध्ये दुसरी आघाडी उघडण्याची विनंती करीत होता. तसे झाल्यास रशियन फौजांवरील जर्मन दडपण कमी होईल असे स्टालिनला वाटत होते; पण फ्रान्समध्ये दुसरी आघाडी उघडणे ही काही सोपी गोष्ट नव्हती. सैन्य, दारूगोळा, आधुनिक हत्यारे याची जुळवाजुळव करायची होती व त्याला बराच अवधी लागणार होता.

ता. २ ऑक्टोबरला रशियन आघाडीवरील मध्य सेना विभागाचे सेनापती व्हॉन बॉक यांनी आपली मॉस्कोवरील चढाई पुढे चालू केली.

ता. ८ ऑक्टोबरला ओरेल आणि मॉस्को-लेनिनग्राड रस्त्यावरील

कालिनिन हे शहर पडले. जर्मन दडपण असह्य झाल्याने मार्शल टिमोशिंको यांनी मॉस्को शहराच्या पश्चिमेस चाळीस मैल माघार घेतली. तेथे त्यांनी नवीन फळी उभारून जर्मनांशी लढा देण्याची तयारी केली. राजधानीला धोका निर्माण झाल्याचे पाहताच स्टालिनने मॉस्को खाली करण्याचा हुकूम सोडला. त्याने मॉस्कोपासून पाचशे मैलांवर असलेल्या क्युबिश्यू या नावाच्या शहरात राजधानी हलविली. ता. १९ ऑक्टोबरला त्याने जाहीरनामा काढून मॉस्को शेवटपर्यंत लढविले जाईल असे जाहीर केले. त्याचे हुकूम ताबडतोब अमलात आणले गेले. मार्शल गुडेरियनच्या चिलखती तुकड्या ओरेलपासून तुलाच्या रोखाने पुढे सरकत होत्या आणि मॉस्कोला तीन बाजूंनी वेढा पडला होता; पण असे असूनदेखील रशियन फौजांचा प्रतिकार कमी होण्याची चिन्हे दिसेनात. रशियन फौजांच्या नैतिक शक्तीवर जर्मन विजयाचा कोणताच अनिष्ट परिणाम झालेला नव्हता. शत्रूला माघारा परतवून लावण्याच्या ईर्ष्येने ते लढत होते. त्यांच्या तीव्र प्रतिकाराची जाणीव जर्मन सेनाधिकाऱ्यांना झाली होती व म्हणून ते विशेष उत्साही नव्हते. त्या दरम्यान रशियाला अमेरिका व इंग्लंड आणि ब्रिटिश राष्ट्रकुलातील देशांतून सारखी मदत चालली होती. ती मदत आर्क्टिक समुद्रातून रशियन बंदरात उतरवली जात होती.

१९४२च्या जानेवारी महिन्यात रशियन फौजांनी मध्य आघाडीवर चढाई करून बरीच शहरे परत मिळविली; पण जर्मन फौजांनी एप्रिल महिन्यात पुन्हा चढाई करून रशियनांना मागे हटविले. आग्नेयेस कॉकेशस घेणे हे जर्मनांचे मुख्य उद्दिष्ट होते व त्यासाठी रोस्टोव शहर घेणे आवश्यक होते. तीन आठवड्यांनंतर त्या मोहिमेची पहिली अवस्था संपली. नंतर हिटलरने दुसरा हुकूम काढला. 'अ' सैन्यविभागाने काळ्या समुद्राचा सबंध किनारा ताब्यात घ्यावयाचा. मैकोप तेलाच्या खाणी घेतल्यावर एका तुकडीने ग्रोझनी शहर घ्यावयाचे. साहजिकच कास्पियन समुद्राच्या किनाऱ्यावरील बाकू शहरावर हल्ला करण्याची कामगिरी या बिनीच्या सैन्याला पार पाडावी लागणार होती. 'ब' सैन्यविभागाने डॉन नदीवर एक बचावाची फळी उभारल्यावर स्टालिनग्राड शहराच्या रोखाने चाल करावयाची. तिथे गोळा झालेल्या रशियन फौजांचा फडशा पाडून ते शहर ताब्यात घ्यावयाचे. फिरत्या फौजांनी तिथून व्होल्गा नदीच्या प्रवाहाच्या रोखाने आस्ट्राकां शहरापर्यंत जाऊन ते शहर घ्यावयाचे.

हिटलरच्या आज्ञेप्रमाणे उपरिनिर्दिष्ट सैन्यविभागांनी आपली उद्दिष्टे काबीज करण्यासाठी चाल करण्यास सुरुवात केली; पण रशियन सैन्याकडून भयंकर स्वरूपाचा प्रखर विरोध झाल्याने त्यांना ती उद्दिष्टे ठरलेल्या मुदतीत काबीज करता आली नाहीत आणि 'ब' सैन्यविभागावर तर मोठेच गंडांतर आले; स्टालिनग्राड शहराविषयी हिटलरला मोठेच आकर्षण वाटत आले होते; कारण स्टालिन हा त्याचा शत्रू होता. त्याच्या नावाचे शहर पादाक्रांत केले की, तो कृतकृत्य होणार होता. त्याशिवाय स्टालिनग्राड शहर हे एक महत्त्वाचे असे औद्योगिक केंद्र आणि कॉकेशसच्या मार्गावरील बलाढ्य ठाणे होते.

जर्मन फौजांनी रशियन फौजांचा प्रतिकार मोडून काढून ता. १५ सप्टेंबरला स्टालिनग्राड शहराच्या परिसरात प्रवेश केला; पण ते शहर लढविण्याचा रशियन फौजांनी निर्धार केल्याने जर्मन फौजांना मोठी प्राणहानी सहन करूनदेखील ते सुरुवातीच्या हल्ल्यांमध्ये घेता आले नाही.

जर्मन सेनापती भयंकर अस्वस्थ होऊन गेले होते. त्यांच्या मोहिमेला तीन महिने झाले होते; पण त्यांना एकही उद्दिष्ट काबीज करता आले नव्हते. कॉकेशस, स्टालिनग्राड आणि लेनिनग्राड ही त्यांची मुख्य उद्दिष्टे अद्याप रशियनांच्याच हातात होती. प्राणहानी भयंकर झाली होती व ती भरून काढण्यासाठी कुमक येत नव्हती. अशाच परिस्थितीत ऑक्टोबर महिना आला. परिस्थिती सुधारण्याऐवजी कठीण होत गेली. 'ब' सैन्यविभागाची आघाडी सातशे मैलांवर पसरलेली होती. स्टालिनग्राड घेण्याची कामगिरी फील्ड मार्शल पॉलुस यांच्याकडे होती. त्यांचे सैन्य आधीच थकले होते व हिटलरच्या दोस्तांचे जे सैन्य त्यांच्या आधिपत्याखाली लढत होते, त्याच्यावर विश्वास ठेवता येत नव्हता. ते वेठीस धरलेले सैन्य होते. हिवाळा सुरू झाला की, रशियन फौजा प्रतिहल्ला करणार होत्या. तत्पूर्वी स्टालिनग्राड पडायला हवे होते किंवा जर्मन फौजांनी माघार तरी घ्यायला हवी होती; पण हिटलर माघार घेण्याचा हुकूम देत नव्हता. ता. १९ नोव्हेंबरला रशियन फौजांनी पॉलुसच्या सैन्याला कोंडीत पकडण्याच्या पूर्वनियोजित आणि चांगली तयारी केलेल्या मोहिमेला प्रारंभ केला. त्यांनी जर्मन फौजांवर उत्तर आणि दक्षिण अशा दोन्ही बाजूंनी हल्ले चढविले.

जर्मन फौजांच्या फळीचे रक्षण अगदीच कमकुवत होते. चार दिवसांनी सहाव्या जर्मन सेनेला रशियन फौजांनी डॉन आणि व्होल्गा या दोन्ही नद्यांच्या मध्ये कोंडीत धरले. पॉलुसने ती कोंडी फोडून बाहेर पडण्याची हिटलरपाशी परवानगी मागितली. हिटलरने त्याला लढत राहण्याचा हुकूम केला. दिवस जसजसे निघून जाऊ लागले तसतसे जर्मन फौजांभोवतालचे रशियन कडे अधिकाधिक आवळत जाऊ लागले. ता. १२ डिसेंबरला कडक हिवाळ्यामध्ये जर्मन फौजांनी रशियन फौजांचा वेढा फोडून सहाव्या जर्मन सेनेची मुक्तता करण्याचा प्रयत्न केला; पण त्यात त्यांना यश आले नाही. तदनंतर आणखी सात भयंकर आठवडे सहाव्या सेनेने वेढ्यात काढले. त्यांची शरणागती आता अटळ होती.

ता. २२ जानेवारीस रशियन फौजांनी पुढे सरकण्यास सुरुवात केली. त्यांनी वेढ्यात सापडलेल्या जर्मनांवर आकाशातून आणि खाली जमिनीवरून असा दोन्ही बाजूंनी अग्निवर्षाव सुरू केला. पराक्रमी जर्मन फौजांनी ते भयंकर दिव्य निमूटपणे सहन करता करता रशियन फौजांशी अखेरचा लढा दिला; पण ते लढून लढून थकून गेले असल्याने रशियन फौजांचे पोलादी कडे त्यांना मोडता आले नाही. अखेर ३१ जानेवारीस व्हॉन पॉलुस आणि त्यांचे इतर सेनापती रशियनांना शरण गेले. एकूण नव्वद हजार जर्मन सैन्य रशियनांच्या हातात पडले.

स्टालिनग्राडच्या पराभवापासून जर्मन फौजांच्या पराभवास सुरुवात झाली. तलवारीच्या बळावर एक अफाट देश पादाक्रांत करून तिथली साम्यवादी राजवट नष्ट करण्याचे हिटलरचे स्वप्न धुळीस मिळाले.

❖

१०.

इराणमधील जर्मन कारस्थान

रशियाला आर्क्टिक समुद्रातून दारूगोळ्याचा आणि इतर वस्तूंचा पुरवठा करणे हे मोठे त्रासाचे आणि जिकिरीचे काम होते. त्यामुळे रशियाशी इराणमधून दळणवळण प्रस्थापित करण्याची इंग्लंडला आवश्यकता भासली. दुसरी महत्त्वाची गोष्ट म्हणजे इराणमधील तेलाच्या खाणी ही दुसऱ्या महायुद्धातील एक मौल्यवान गोष्ट होऊन बसली होती. इराणची राजधानी तेहरान शहरात अनेक जर्मन शिष्टमंडळे ठाण देऊन बसली होती व दिवसेंदिवस इराण जर्मनीच्या आहारी जात चालले होते. जर्मनांना तेथे मोठा मान होता. इराणमधील बंडाचा मोड आणि

सिरियाचा कब्जा यामुळे हिटलरची मध्यपूर्व काबीज करण्याची स्वप्ने धुळीस मिळाली होती व त्यामुळे त्याने इंग्लंडला इराणमध्ये शह देण्याचे कारस्थान रचले होते.

त्या कारस्थानाची इंग्लंडला माहिती नव्हती असे नाही; पण ते इराणमधील जर्मन हस्तकांना हुसकून लावण्याच्या योग्य त्या संधीची वाट पाहत होते. रशियावर हिटलरने स्वारी केल्याने इंग्लंडला इराणच्या अंतर्गत प्रश्नात हस्तक्षेप करण्याची संधी आपोआपच मिळाली. जर्मन हस्तक आणि त्यांच्या कुटुंबांतील मंडळींना इराणमधून ताबडतोब हाकलून लावण्याची मागणी इंग्लंडने इराणपाशी केली. ती मागणी अर्थात मान्य होणे शक्य नव्हते आणि इराणनेही ती मागणी फेटाळून लावली. लगेच इंग्लंडने इराणमध्ये सैन्य घुसविण्याची तयारी केली व रशियालाही तसे करण्याची चिथावणी दिली.

ता. २२ जुलैला इराकमधील ब्रिटिश फौजांचे सैनापती जनरल क्विनन यांना आबादानमधील तेलशुद्धीचा कारखाना आणि तेलाच्या खाणी व्यापण्याकरीता सज्ज राहण्याचा हुकूम देण्यात आला. त्यादरम्यान अँग्लो-रशियन संयुक्त खलित्याला इराणकडून समाधानकारक उत्तर न आल्याने ता. २४ ऑगस्टला इराणमध्ये सैन्य घुसविण्याचा बेत निश्चित झाला. आबादान आघाडीवरील ब्रिटिश फौजांचे नेतृत्व जनरल हार्वे यांच्याकडे देण्यात आले. त्यांच्या फौजांमध्ये आठवी हिंदी पायदळाची तुकडी होती; खानकिन आघाडीचे नेतृत्व जनरल स्लीम हे करीत होते. त्यांच्या फौजांमध्ये नववी चिलखती ब्रिगेड, रणगाड्यांची एक हिंदी रेजिमेंट, चार ब्रिटिश बॅटॅलियन्स आणि ब्रिटिश तोफखान्याची एक रेजिमेंट यांचा अंतर्भाव होत होता. या सैन्याला विमानांच्या तीन तुकड्यांचे साहाय्य होते. दक्षिण आघाडीवर इराणी सैन्याकडून विरोध होण्याची शक्यता होती; पण हे सैन्य दोन तुकड्या आणि १६ छोटे रणगाडे इतकेच होते. उत्तरेकडे मात्र तीन तुकड्या होत्या.

आबादानचा तेलशुद्धीचा कारखाना एका पायदळाच्या ब्रिगेडने घेतला. ही ब्रिगेड होड्यांतून बसऱ्याला २५ ऑगस्टच्या पहाटेस उतरली. हे सैन्य पाहून इराणी फौजा थक्कच झाल्या. त्यांनी लॉऱ्यांतून लगेच पळ काढला. रस्त्यांवर काही ठिकाणी हातघाईची लढाई झाली आणि काही इराणी होड्या हस्तगत करण्यात आल्या. त्याच वेळी

आठव्या तुकडीतील इतर सैन्याने खुर्रमशहा हे बंदर जिंकले. काही सैन्याने उत्तरेकडे अहवाजच्या रोखाने चाल केली. ब्रिटिश फौजा अहवाजनजीक पोहोचल्या असतील नसतील तोच इराणच्या शहांनी युद्धबंदीची घोषणा केली व आपल्या सैन्याला बराकीत परत जाण्याचा हुकूम केला. उत्तरेकडील ब्रिटिश फौजांनी तेलाच्या खाणी कोणताच विरोध न होता हस्तगत केल्या आणि जनरल स्लीमच्या फौजांनी केरमानशहाच्या रोखाने तीस मैल आक्रमण केले. त्यांच्यासमोर आता पे-ताक खिंड उभी राहिली. ही खिंड लढविण्याचा इराणी फौजांनी निर्धार केला असता तर ब्रिटिश फौजांना पुढे पाऊल टाकता आले नसते. या प्रसंगाला तोंड देण्यासाठी काही सैन्य पे-ताक खिंडीला दक्षिणेस वळसा घालून शहाबादला पाठविण्यात आले. ते सैन्य तेथे २७ला पोहोचले. ब्रिटिश विमानांनी पे-ताक खिंडीचे रक्षण करणाऱ्या सैनिकांवर बॉम्बफेकही केली. या सैन्याला ठाणी सोडून पळून जाण्यास ती बॉम्बफेक पुरेशी झाली. ब्रिटिश फौजांचा केरमानशहाचा मार्ग मोकळा झाला; पण ता. २८ ऑगस्टला इराणी फौजांनी ब्रिटिशांना विरोध करण्यासाठी एके ठिकाणी सैन्याची जमवाजमव केली. त्या सैन्यावर ब्रिटिश सैनिक हल्ला चढविणार होते, तोच इराणी फौजांनी पांढरे निशाण दाखविले.

इराणी मोहिमेत ब्रिटिश फौजांपैकी बावीस ठार आणि बेचाळीस जखमी झाले. इराणी फौजांचा प्रतिकार अगदीच मामुली होता म्हणून अँग्लो-रशियनांना त्या प्राचीन पण दुर्बल राष्ट्रावर अल्पावधीत निश्चित विजय मिळविणे सोपे गेले. इराणच्या पाडावामुळे रशियाला जवळून पुरवठा करण्याचा मार्ग खुला झाला. ब्रिटिश आता निर्धास्त झाले.

❖

११.

अमेरिकेचा युद्धप्रवेश

पर्ल हार्बर

ता. ७ डिसेंबर १९४१ रोजी जपानने अमेरिकेच्या पॅसिफिक महासागरातील पर्ल हार्बर बंदरावर बॉम्बहल्ला चढविला. त्याच दिवशी जपानी विमानांनी डच ईस्ट इंडिजमधील ब्रिटिश नौकांवरही बॉम्बफेक केली.

ता. ८ डिसेंबरला इंग्लंडने जपानशी युद्ध पुकारले.

पर्ल हार्बरवर हवाई हल्ला चढविण्याची मूळ कल्पना जपानचे सरसेनापती यामामोटो यांची होय; कारण पॅसिफिक महासागरातील

अमेरिकन आरमार नष्ट केल्याशिवाय जपानचा पुढचा मार्ग बिनधोक होणार नव्हता. म्हणून सरसेनापती यामामोटो यांनी अमेरिकन आरमारांवर अचानक हल्ला करून त्याचा फडशा पाडण्याची योजना आखली होती. ही योजना शेवटच्या क्षणापर्यंत गुप्त ठेवण्यात आली होती. ता. २२ नोव्हेंबरला सहा विमानवाहून नौका क्युराइल बेटांमध्ये गोळा झाल्या. त्या नौकांना बॅटलशिप्स, क्रूझर आणि इतर युद्धनौकांचे संरक्षण होते. पर्लहार्बरवर हल्ला करण्याची तारीख ७ डिसेंबर ही निश्चित केली होती.

ता. २६ नोव्हेंबरला जपानी आरमारी काफिला हवाई बेटांकडे रवाना झाला. त्या काफिल्याचे नेतृत्व दर्यासारंग नागुमो यांच्याकडे होते. त्यांनी आपली गुप्त कामगिरी पर्ल हार्बरपासून दोनशे पंच्याहत्तर मैलांवर राहून पार पाडली. त्या हल्ल्यात सर्व प्रकारच्या तीनशे साठ बॉम्बफेक्या आणि लढाऊ विमानांनी भाग घेतला. ता. ७ ला सकाळी ७ वाजून ५५ मिनिटांनी पहिला बॉम्ब पडला. त्या दिवशी पर्ल हार्बरमध्ये अमेरिकन आरमारांतील पंच्याण्णव नौका होत्या. त्यांत पॅसिफिक आरमारातील आठ बॅटलशिप्स होत्या. सुदैवाने विमानवाहू बोटी आणि क्रूझर तेथे नव्हते. ते अन्य ठिकाणी कामगिरीवर गेले होते. पर्ल हार्बरवरील जपानी बॉम्बहल्ल्याची वर्णने अनेक ठिकाणी आली असल्याने त्याचे तपशीलवार वर्णन येथे देण्याची जरुरी नाही. ता. ७ डिसेंबरला सकाळी ८ वाजून २५ मिनिटांनी खऱ्याखुऱ्या मोठ्या हल्ल्यास सुरुवात झाली. सुरकांड्या विमानांचे आणि टार्पेडो विमानांचे थव्यावर थवे पर्ल हार्बरवर येऊ लागले. बरोबर सकाळी १० वाजता जपानी विमानांनी आपली कामगिरी यशस्वीरीत्या पार पाडली व ती आपल्या विमानवाहू नौकांवर निघून गेली. जपानी वैमानिकांनी ते दगलबाजीचे कृत्य निर्घृण रीतीने पार पाडले होते. पर्ल बंदरातील एकही नौका त्यांनी शाबूत ठेवली नव्हती. सर्व नौकांवर अचूक बॉम्बफेक करून त्यांचा नाश केला होता. काही नौका सागराच्या तळाशी गेल्या होत्या. त्या हल्ल्यात दोन हजार निरपराध अमेरिकन ठार आणि जवळ जवळ दोन हजार जखमी झाले.

पर्ल हार्बरच्या नाशामुळे पॅसिफिक महासागरातील अमेरिकन वर्चस्व नष्ट होऊन ते काही काळ जपानकडे गेले; पण पर्ल हार्बरच्या नाशामुळेच

केवळ अमेरिकेचे नष्टचर्य संपले नव्हते. ता. १० डिसेंबरला जपानी विमानांनी फिलिपाईन बेटांवरील काव्हित आरमारी तळावर हल्ला करून तो नष्ट केला. त्याच दिवशी जपानी सैन्य लुझाँ बेटांवर उत्तरेकडे उतरले. फिलिपाईनमधील बहुतेक सर्व अमेरिकन विमाने जपानी विमानांनी विमानतळांवर अचानक हल्ले करून अथवा हवाई युद्धात नष्ट केली. जी काय थोडी शाबूत राहिली ती ऑस्ट्रेलियात पोर्ट डार्विन येथे पाठविण्यात आली. फिलिपाईन्स बेटातील अमेरिकन आरमारही नष्ट झाले होते. फक्त पाणबुड्या तेवढ्या शाबूत होत्या. ता. २१ डिसेंबरला मोठे जपानी सैन्य लिंगाएन आखातात उतरले व त्याने लगेच फिलिपाईन्सची राजधानी मनिला शहराच्या रोखाने चाल केली.

जपानने पर्ल हार्बरवर हल्ला चढविल्याच्या दुसऱ्याच दिवशी म्हणजे ८ डिसेंबरला हिटलरने जर्मन आरमाराला मिळेल त्या ठिकाणी अमेरिकन नौका बुडविण्याचा हुकूम केला. हा हुकूम अधिकृत युद्धघोषणेच्या तीन दिवस अगोदर करण्यात आला हे ध्यानात ठेवले पाहिजे.

ता. ९ डिसेंबरला इंग्लंडचे पंतप्रधान चर्चिल यांनी ब्रिटिश नाविक अधिकाऱ्यांची एक बैठक भरविली. तीत इंग्लंडच्या आरमारी स्थितीचा आढावा घेण्यात आला. इंग्लंडची सर्व महासागरांत पिछेहाट झाली होती. फक्त अटलांटिक महासागर तेवढा त्याच्या हातात होता. ऑस्ट्रेलिया, न्यूझीलंड आणि पॅसिफिक महासागरांतील इतर बेटांना संरक्षण नसल्याने त्यांच्यावर शत्रूची स्वारी होण्याचा धोका निर्माण झाला होता. 'प्रिन्स ऑफ वेल्स' आणि 'रिपल्स' या युद्धनौका सिंगापूरच्या आश्रयास आल्या होत्या; पण त्यांनी काय करायचे हा प्रश्न होता. त्या दोन युद्धनौका सबंध बेटांचे कुठवर रक्षण करणार होत्या? पण योग असा की, त्या युद्धनौकाही जपानी विमानांच्या हल्ल्यात बळी पडल्या.

ता. ८ डिसेंबरला या दोन्ही युद्धनौका चार विनाशिकांसह मोहिमेवर निघाल्या होत्या. तोच दर्यासारंग फिलिप्स यांना विद्युतसंदेश मिळाला की, सिंगापूरवर बॉम्बहल्ला होण्याचा संभव आहे. ही जपानी विमाने दक्षिण इंडोचायनातून येणार होती. ता. ९ डिसेंबरच्या संध्याकाळी ब्रिटिश आरमाराची जपानी विमानांकडून टेहळणी होत असल्याचे आढळून आले. ते पाहताच दर्यासारंग फिलिप्स यांनी माघारी परतण्याचा निर्णय घेतला. त्यांनी आपल्या युद्धनौका क्वाँटनच्या रोखाने हाकण्यास

सुरुवात केली. हा निर्णय अर्थात धोक्याचा होता, कारण क्वाँटनमध्ये जपानी सैन्य उतरले होते.

ता. ९ डिसेंबरला जपानी विमानांची बाविसावी तुकडी सायगाव येथे सिंगापूरवर बॉम्बहल्ला चढविण्यासाठी विमानात बॉम्ब्स भरत होती. तोच त्यांना ब्रिटिश आरमारावर हल्ला करण्याचा हुकूम झाला. तो हुकूम मिळताच त्यांनी बॉम्ब भरण्याचे बंद करून विमानात टॉर्पेडो भरण्यास सुरुवात केली.

दुसऱ्या दिवशी सकाळी १०॥ वाजता जपानी विमानांचे थवेच्याथवे ब्रिटिश आरमारावर चालून आले व त्यांनी त्यांच्यावर हल्ला चढविला. दुपारी दीड वाजेपर्यंत 'रिपल्स' जहाज प्रथम आणि 'प्रिन्स ऑफ वेल्स' नंतर सागराच्या तळाशी गेले. त्या दोन्ही युद्धनौकांबरोबर असलेल्या विनाशिकांनी तीन हजार खलाशी व अधिकारी यांच्यापैकी दोन हजारांना वर काढले. दर्यासारंग सर टॉम फिलिप्स आणि त्यांचे ध्वज-कप्तान जॉन लीच यांना त्यांच्या नौकांबरोबर जलसमाधी मिळाली.

जपानने पॅसिफिक महासागरात आक्रमण केल्याने युद्ध आता विश्वव्यापी झाले. जपानी आक्रमण एका विशिष्ट भागापुरते मर्यादित नव्हते. ते सगळीकडे सुरू झाले. प्रथम विमानांनी खच्चून बॉम्बफेक करायची आणि नंतर समुद्रमार्गे सैन्य उतरवायचे असे तंत्र जपानने पॅसिफिक महासागरातील सर्व बेटांवर सुरू केले. जपानने त्या हल्ल्याची तयारी पूर्वीच केली असल्याने ती सुसंगत अशीच होती. याच्या उलट ब्रिटिश, अमेरिकन आणि डच शिबंद्यांना त्या हल्ल्याची पूर्वकल्पना नसल्याने त्यांना जपानी आक्रमणाचा प्रतिकार करता आला नाही.

ता. १७ डिसेंबरला जपानी फौजा मलायामध्ये पेनांग येथे उतरल्या. तत्पूर्वी ता. १६ डिसेंबरला त्यांनी डच ईस्ट इंडीजमधील बोर्नेव बेटावर स्वारी केली होती. मलायामध्ये त्यांनी एकूण तीन तुकड्या उतरविल्या. तिथले ब्रिटिश आणि हिंदी सैन्य अगदीच थोडे होते; पण त्याने शरणागतीपूर्वी जपानी सैन्याशी निकराचा लढा दिला.

रविवार ता. १५ फेब्रुवारी, १९४२ रोजी सिंगापूर पडले. त्या बेटांचे संरक्षण जनरल पर्सिवल यांच्याकडे सोपविण्यात आले होते. त्यांच्या हाताखाली तिसरी सेना होती. तीत अठरावी ब्रिटिश तुकडी आणि अकरावी ब्रिटिश-हिंदी तुकडी यांचा समावेश होत होता. शिवाय

या सैन्यामध्ये नवव्या तुकडीतील शेष सैन्याचाही अंतर्भाव झाला होता. हे सैन्य सिंगापूरच्या मुख्य बेटामध्ये होते. त्याच्या पलीकडे त्या मुख्य भूमीला जोडणाऱ्या भागाचे रक्षण आठव्या ऑस्ट्रेलियन तुकडीकडे आणि चव्वेचाळिसाव्या हिंदी ब्रिगेडकडे सोपविण्यात आले होते. सिंगापूरच्या दक्षिण किनाऱ्यावर दोन मलायी पायदळ ब्रिगेड्स आणि स्वयंसेवक दल ठेवण्यात आले होते. सिंगापूरमध्ये एकूण पंच्याऐंशी हजार सैन्य होते. त्यातील सत्तर हजार प्रत्यक्ष लढाईमध्ये गुंतलेले सशस्त्र सैन्य होते. जपानी सैन्य पाच तुकड्यांचे होते. त्यात नंतर सहाव्या तुकडीची भर पडली.

ता. ११ फेब्रुवारीस सिंगापूरच्या लढाईस सुरुवात झाली. जपानी सैन्याने सर्व बाजूंनी चढाई केल्याने ब्रिटिश फौजांची अगदी त्रेधातिरपीट उडाली. त्यांचे संख्याबल जपानी फौजांहून कमी तर होतेच, पण त्यांना रसद मिळेनाशी झाली होती. अन्नाची बेगमी तर अगदीच कमी होती. त्यातच शस्त्रे व दारूगोळा यांच्या टंचाईची भर पडली.

ता. १५ फेब्रुवारीपर्यंत ब्रिटिशांनी लढाई चालू ठेवली; पण नंतर प्रतिहल्ला किंवा शरणागती हे दोन पर्याय त्यांच्यासमोर उभे राहिले. प्रतिचढाईचा प्रश्नच नव्हता. म्हणून अखेर जनरल पर्सिवल यांनी शरणागती स्वीकारण्याचे ठरविले.

डच ईस्ट इंडीजचा पाडाव

ता. १३ फेब्रुवारी, १९४२ रोजी जर्मन दर्यासारंग रायडर यांनी हिटलरला पुढील अहवाल सादर केला :

''रंगून, सिंगापूर आणि बहुतकरून पोर्ट डार्विन ही शहरे येत्या काही आठवड्यांत जपानी फौजांच्या हाती पडतील. सुमात्राही लवकर पडेल; कारण तेथे फारसा प्रतिकार होण्याची शक्यता नाही. फक्त जावा घेणे मात्र कठीण जाईल. तिथला प्रतिकार दीर्घकाल चालू राहण्याची शक्यता आहे. जपानची योजना हिंदी महासागरात प्राबल्य निर्माण करण्याची आहे व त्यासाठी सिलोनसारखा मोक्याचा देशही तो काबीज करील. हिंदी महासागरात त्याला बलाढ्य असे आरमारी तळ बांधावयाचे आहेत.

''पंधरा जपानी पाणबुड्या बंगालच्या उपसागरात सिलोनच्या पाण्यात आणि सुमात्रा व जावा या दोन्ही बेटांच्या आजूबाजूस संचार करीत आहेत.

''रंगून, सुमात्रा आणि जावा पडल्यावर इराणी आखात आणि

अमेरिकेचे खंड यांच्यामधील तेलाच्या विहिरीही जपान्यांच्या हाती पडणार आहेत. एकदा जपानने सिलोनमध्ये आपले आरमार आणून ठेवले की, इंग्लंडला हिंदुस्थान आणि मध्यपूर्व यांच्या दरम्यान दळणवळण चालू ठेवण्यासाठी युद्धनौकांचा पहारा ठेवावा लागेल.''

ॲडमिरल रायडर यांच्या प्रस्तुत अहवालावरून जपानची महत्त्वाकांक्षा काय होती त्याची कल्पना येते.

सिंगापूरच्या पाडावानंतर जपानने आपले सर्व सामर्थ्य डच ईस्ट इंडीज बेटे काबीज करण्यावर केंद्रित केले होते. तत्पूर्वी त्याने आंबोनसारखी छोटी छोटी बेटे काबीज केली होती.

अतिपूर्वेमधील दोस्त सरसेनापती जनरल व्हावेल यांनी ती बेटे हातात ठेवण्याची मोठी शिकस्त केली; पण त्यात त्यांना यश आले नाही. ती बेटे फेब्रुवारी महिनाअखेर पडतील असा त्यांचा अंदाज होता आणि तो खराही झाला. ता. १८ फेब्रुवारीस जपान्यांनी सृष्टिसौंदर्याने विनटलेले बाली बेट घेतले. नंतरच्या काही दिवसांत तिमोर पडले. ता. १९ फेब्रुवारीस पर्ल हार्बर प्रसिद्ध जपानी दर्यासारंग नागुमो यांच्या आरमारी काफिल्यातील विमानवाहू बोटीवरील विमानांनी ऑस्ट्रेलियाच्या पोर्ट डार्विन बंदरावर भयंकर बॉम्बहल्ला केला. त्या हल्ल्यामुळे तो आरमारी तळ कायमचा निकामी झाला.

ता. २८ फेब्रुवारीस जपानने जावा बेटावर स्वारी केली.

त्या बेटावर पंचवीस हजार डच शिबंदी होती. त्यांना ब्रिटिश सेनापती मे.ज. स्टिल्वेल येऊन मिळाले. त्यांच्या फौजांत तीन ऑस्ट्रेलियन बटॅलियन्स, लाईट टँकची एक तुकडी आणि आणखी काही सशस्त्र सैनिक होते. ब्रिटिश विमाने सुमात्रा बेटातून काढून घेण्यात आली होती. त्यांच्या पाच तुकड्या होत्या, त्या जावामध्ये आल्या.

जावासारखे एक अफाट बेट या छोट्या सैन्याला लढविणे कठीण होते; पण त्याने आपल्या कामात कसूर केली नाही. जपानी नौकांनी जावाच्या किनाऱ्यावर चार ते पाच तुकड्या उतरविल्या. त्या सैन्यासमोर दोस्तांचा निभाव लागणे अशक्य होते. ता. ८ मार्चला डच सेनापतीने शरणागती पत्करण्याचे ठरविले. एकूण पस्तीस ते चाळीस हजार दोस्त सैन्य जपान्यांच्या हातात पडले.

ब्रह्मदेशावरील स्वारी

मलायाची मोहीम यशस्वी झाल्याखेरीज जपान, ब्रह्मदेशावरील मोहीम हातात घेणार नाही, असा एक अंदाज होता. पण तो खोटा ठरला; १९४२च्या १६ जानेवारीस सयाममधील जपानी फौजांनी ब्रह्मदेशात आक्रमण सुरू केले. ता व्होई या नावाचे ठाणे त्यांनी विनासायास काबीज केले. त्या ठाण्याच्या दक्षिणेस बरेच लांब मेरगुई या नावाचे एक ठाणे होते. तेथील ब्रिटिश शिबंदी समुद्रामार्गे काढून घेण्यात आली. ता. २० जानेवारीस एका जपानी तुकडीने पूर्वेकडून मौल्टिमनवर चाल केली. ते शहर काही दिवसांनी पडले. सुमारे दोन आठवड्यांच्या युद्धानंतर ब्रह्मदेशातील तीन ब्रिटिश-हिंदी उपतुकड्यांनी साल्विन नदीच्या फळीवर माघार घेतली. त्या ठिकाणी नंतर उभय पक्षांची घनघोर लढाई झाली.

ता. २० फेब्रुवारीस ब्रिटिश-हिंदी सैन्याने सित्तांग नदीवर आणखी माघार घेतली. या नदीवर फक्त एकच पूल होता. तो पूल जपान्यांनी उडवून दिल्याने ब्रिटिश-हिंदी सैन्याला सित्तांग नदी ओलांडणे कठीण गेले; पण तरीही तीन हजार सैनिकांनी ती नदी ओलांडण्यात यश मिळविले. त्यांचे सर्व सामान मागे राहिले. या सैन्याने पेगू नदीवर नवीन फळी उभारली. तेथे त्या सैन्याला हिंदुस्थानातून ताजी कुमक आली. त्यांच्या पलीकडे उत्तरेस पहिली ब्रह्मी तुकडी पेगूच्या दक्षिणेस हलली होती. तिच्यावर उत्तरेकडील मंडालेला जाणाऱ्या रस्त्याचे रक्षण करण्याची कामगिरी सोपविण्यात आली होती.

ता. ५ मार्चला ब्रह्मदेशातील ब्रिटिश सैन्याचे नेतृत्व जनरल अलेक्झांडर यांच्याकडे आले. त्यांना रंगून लढविण्याचा आदेश देण्यात आला होता; पण ते शहर फार वेळ ब्रिटिशांच्या हातात राहण्याची चिन्हे दिसत नव्हती.

ता. २४ मार्चला जपानी फौजांनी रंगूनच्या रोखाने चढाई सुरू केली. त्यांनी टोंगू येथील चिनी सैन्याचा पराभव करून ते शहर घेतले. एप्रिल महिनाअखेर जपानी सैन्य मंडाले शहरासमोर होते. ता. १७ मे रोजी जनरल अलेक्झांडरच्या फौजांनी इंफाळपर्यंत माघार घेतली. त्यांच्याबरोबर ब्रह्मदेशचे गव्हर्नर आणि त्यांची पत्नीही होती.

❖

१२.

वाळवंटातील लढाई

मागे सांगितलेच आहे की, आफ्रिकेच्या पश्चिम वाळवंटामध्ये जनरल रोमेल यांचे आगमन झाले व त्यानी आफ्रिका कोअरचे नेतृत्व स्वीकारून ब्रिटिश फौजांना इजिप्तमध्ये पिटाळून लावले. जनरल व्हावेल हे त्या वेळी मध्यपूर्वेतील ब्रिटिश फौजांचे सरसेनापती होते. त्यांची नंतर हिंदुस्थानात बदली झाल्याने त्यांच्या जागी मध्यपूर्वेतील सरसेनापती म्हणून जनरल ऑचिन्लेक यांची नेमणूक झाली. त्यांनी रोमेलच्या फौजांशी लढा देऊन काही महत्त्वाचे विजय संपादन केले; पण रोमेलनी त्यांना ते विजय पचू दिले नाहीत. त्यांनी ऑचिन्लेकच्या आठव्या

सेनेला इजिप्तमध्ये घालवून दिले. इतकेच नव्हे, तर आलामेनपर्यंतचा इजिप्तचा साठ मैलांचा प्रदेश पादाक्रांत केला. शेवटी जनरल ऑचिन्लेक वाळवंटातील युद्धाला कंटाळले व त्यांनी ब्रिटिश सरकारला आपली दुसरीकडे बदली करावी, अशी विनंती केली. पंतप्रधान चर्चिल यांनी ऑचिन्लेकच्या विनंतीचा विचार करून त्यांच्या जागी मध्यपूर्वेतील ब्रिटिश फौजांचे सेनापती जनरल अलेक्झांडर यांची नेमणूक केली. ऑचिन्लेकच्या वेळी आफ्रिकेतील आठव्या सेनेचे आधिपत्य जनरल रिची यांच्याकडे होते. त्यांच्या जागी आता जनरल माँटगोमेरी यांची आठव्या सेनेचे सेनापती म्हणून नेमणूक करण्यात आली.

जनरल माँटगोमेरी यांनी तत्पूर्वी काही विजय मिळविले आणि पराभव पचवले होते. एक कष्टाळू आणि अभ्यासू वृत्तीचा सेनापती म्हणून त्यांची ख्याती होती. त्यांनी मार्लबरो, ड्यूक ऑफ वेलिंग्टन वगैरे जुन्या काळच्या प्रख्यात ब्रिटिश सेनानींच्या चरित्रांचे आणि त्यांच्या युद्धतंत्रांचे परिशीलन केले होते. आफ्रिकेतील नेमणूक हा त्यांच्या सैनिकी जीवनातील नवीन अनुभव होता. ज्या ठिकाणी व्हावेल, ऑचिन्लेक यांच्यासारखे मुरब्बी सेनापती पराभूत झाले होते, तेथे आपला पाड काय अशी जनरल माँटगोमेरी यांना पश्चिम वाळवंटातील आठव्या सेनेचे नेतृत्व स्वीकारताना खंत वाटली असल्यास आश्चर्य करण्याचे कारण नाही; पण आता त्यांच्यावर पुन्हा नशिबाची मेहेरनजर झाली होती. त्याने त्यांना इंग्लंडच्या इतिहासात होऊन गेलेल्या धुरंधर सेनापतींच्या मालिकेत अमर स्थान मिळवून देण्याचे ठरविले होते. आफ्रिका हा त्यांच्या पराक्रमाचा आणि लष्करी डावपेचांचा श्रीगणेशा होता.

१९४२च्या सप्टेंबर महिन्यात पश्चिम वाळवंटातील आठव्या ब्रिटिश सेनेमध्ये एकावन्नाव्या आणि चव्वेचाळिसाव्या अशा दोन नवीन तुकड्यांची भर पडली. या तुकड्या इंग्लंडहून आल्या होत्या. आठव्या सेनेमध्ये सात चिलखती ब्रिगेड्स होत्या आणि हजारांच्यावर रणगाडे होते. त्यातील अर्धे ग्रँट्स आणि अर्धे अमेरिकेहून आलेले शेरमन टँक होते. रोमेलपाशी त्या वेळी पाचशेपेक्षा अधिक रणगाडे नसावेत असा अंदाज होता. त्याशिवाय पहिल्या प्रथमच आठव्या सेनेपाशी पश्चिम वाळवंटातील बलाढ्य असा तोफखाना गोळा झाला होता. पश्चिम वाळवंटातील हवाई दलाचे सेनापती एअरमार्शल कनिंगहॅम हे होते. त्यांच्यापाशी पाचशे

पन्नास विमाने होती. त्या विमानांशिवाय माल्टा बेटावरील सहाशे पन्नास विमानेही त्यांच्या दिमतीला देण्यात आली होती. या विमानांचे काम भूमध्य समुद्रातील शत्रूंची बंदरे आणि पुरवठ्याचे मार्ग झोडपण्याचे होते. एकूण एअरमार्शल कनिंगहॅम यांच्या हवाई दलात मध्यपूर्वेत बाराशे विमाने होती. या विमानांनी शत्रूसैन्य, हवाई दल आणि दळणवळणाचे मार्ग झोडपण्यास सुरुवात केली. सप्टेंबर महिन्यात उत्तर आफ्रिकेला पुरवठा करणाऱ्या शत्रूच्या मालवाहू जहाजांपैकी तीस टक्के जहाजे बुडविण्यात आली. ऑक्टोबरमध्ये ही टक्केवारी चाळीसपर्यंत गेली. एकूण दोन लक्ष टनांची जहाजे चार महिन्यांत बुडविण्यात आली. रोमेलच्या सैन्यावर हा मोठाच आघात होता.

ता. २३ ऑक्टोबर, १९४२ रोजी रात्री ८ वाजता इजिप्तच्या लढाईस तोंड फुटले. या लढाईत अमेरिकेने दिलेल्या शेरमन रणगाड्यांचा आणि भारी तोफांचा उपयोग करण्यात आला. जनरल माँटगोमेरी यांच्या हाताखाली तीन चिलखती तुकड्या आणि सात पायदळाच्या तुकड्या होत्या.

ता. २३ ऑक्टोबरला पौर्णिमा होती. पौर्णिमेच्या शुभ्रधवल प्रकाशात आलामेनच्या लढाईस जनरल माँटगोमेरी यांनी सुरुवात केली. त्यांच्या एक हजार तोफांनी जर्मनांच्या तोफखान्यावर आग ओतण्यास सुरुवात केली. ही सरबत्ती सुमारे वीस मिनिटे चालली. नंतर माँटगोमेरींनी आपल्या पायदळाला कूच करण्याचा हुकूम दिला. शत्रूच्या फळीला दोन ठिकाणी खिंडार पाडण्याचा माँटगोमेरीचा उद्देश होता. ता. २५ ऑक्टोबरपर्यंत शत्रूच्या फळीला किंवा संरक्षण पद्धतीला ब्रिटिश सैन्याकडून मुळीच धक्का पोहोचला नाही. त्या रात्री माँटगोमेरींनी आपल्या हाताखालच्या वरिष्ठ अधिकाऱ्यांची एक बैठक घेतली व त्यांना त्यांच्या योजनेप्रमाणे पायदळ मागे ठेवून चिलखती तुकड्या पुढे घेण्याची आज्ञा केली. ती आज्ञा सूर्योदयापूर्वीच अमलात आली. ता. २६ला ब्रिटिशांनी बरीच प्रगती केली; पण त्यांना किडनी रीज घेता आले नाही. ते ठाणे मोक्याचे असल्याने रोमेलने त्याच्या रक्षणार्थ पंधरावी पांझर तुकडी आणि गोफण तुकडी ठेवली होती. दोन्ही तुकड्यांनी माँटीच्या सैन्यावर जोरदार प्रतिहल्ले चढविले.

माँटीच्या चढाईस सुरुवात झाली तेव्हा जनरल रोमेल हे आफ्रिकेत

नव्हते, ते जर्मनीमध्ये एका रुग्णालयात उपचार घेत होते. त्यांच्या जागी जनरल स्त्यूम या नावाचा सेनाधिकारी जर्मन फौजांचे नेतृत्व करीत होता; पण अलामेनची लढाई सुरू होऊन चोवीस तास लोटले होते तोच स्त्यूम हृदयक्रिया बंद पडून मरण पावला. ती बातमी हिटलरला कळताच त्याने रोमेलना तातडीने इजिप्तला पाठविले. रोमेल आपल्या जागेवर ता. २५ला हजर झाले.

ता. २६ला दिवसभर भयंकर रणधुमाळी चालू होती. त्याच्या अगोदर दोन दिवस जर्मन हवाई दलाची विशेष हालचाल नव्हती; पण त्याने आता मोठ्या प्रमाणात लढाईत भाग घेतला; परंतु ब्रिटिशांची विमानसंख्या अधिक असल्याने जर्मन विमानांना त्यांच्या समोर माघार घ्यावी लागली.

त्या आणीबाणीच्या प्रसंगी नवव्या ऑस्ट्रेलियन तुकडीने उत्तरेस समुद्राच्या रोखाने धडक मारून तो मार्ग बंद केला. माँटगोमेरींनी ऑस्ट्रेलियन सैन्याच्या प्रगतीचा ताबडतोब उपयोग करून घेण्याचे ठरविले. त्यांनी उत्तरेकडे आणखी ऑस्ट्रेलियन सैन्य पाठवून उत्तरेस असलेल्या जर्मन पायदळाच्या तुकडीचा एक भाग अलग केला.

ता. २७ आणि २८ला मुख्य लढाई किडनी रीजभोवतीच चालू होती. रोमेलनी आता कुमक मागविली. दक्षिण आघाडीवरील पंधरावी आणि एकविसावी पांझर तुकडी या दोन्ही त्या ठिकाणी येऊन दाखल झाल्या. ती कुमक मिळताच रोमेलनी प्रतिहल्ला चढविला; पण त्यांनी विशेष प्रगती केली नाही. इतकेच नव्हे, तर त्या हल्ल्यात जर्मन आणि इटालियन फौजांची मोठी हानी झाली. ता. २८ला जर्मन फौजांनी फिरून प्रतिहल्ला चढविला; पण ब्रिटिश रणगाडेविरोधी तोफांनी त्यांच्यावर अशी भयंकर आग ओतली की ज्याचे नाव ते!

जर्मनांनी शेवटच्या निर्णायक हल्ल्यासाठी सैन्याची आणि युद्धसामग्रीची मोठ्या प्रमाणात जुळवाजुळव केली. ब्रिटिश विमानांनी ती हेरली व तिच्यावर प्रचंड बॉम्बहल्ला चढविला. दोन तासांमध्ये त्यांनी ऐंशी टन वजनाचे बॉम्ब टाकले. त्या हल्ल्यामुळे जर्मनांचा मोठ्या हल्ल्याचा बेत फिसकटला. तदनंतर त्यांनी तशी तयारी पुन्हा केली नाही.

माँटगोमेरींनी आता शत्रूच्या फळीचा भेद करण्यासाठी निर्णायक हल्ल्याची तयारी केली. ता. १८ ऑक्टोबरच्या रात्री ऑस्ट्रेलियन

फौजांनी उत्तरेकडे चाल केली व किनाऱ्यावर असलेल्या चार जर्मन बटॅलियन्सना मुख्य फौजांपासून अलग पाडले. रोमेलचा असा समज झाला की, किनारपट्टीतील लोहमार्ग आणि रस्ता ताब्यात घेण्याचा ब्रिटिशांचा तो डाव आहे. म्हणून त्यांनी तिकडे पश्चिम आघाडीवर असलेली एकविसावी तुकडी उत्तरेस हलविली. त्या तुकडीला मदत म्हणून त्यांनी आपली नव्वदावी हलकी तुकडीही तिकडे पाठविली. त्या दोन्ही तुकड्यांनी कोंडीत सापडलेल्या चार बटॅलियन्सची मुक्तता करण्यासाठी ऑस्ट्रेलियन फौजांवर जोरदार हल्ला चढविला. प्रस्तुत तुकड्यांनी जी ठाणी खाली केली होती तेथे त्रिएस्त तुकडी आणण्यात आली. रोमेलची ती शेवटची राखीव तुकडी होती.

ऑस्ट्रेलियन फौजांच्या आश्चर्यकारक प्रगतीमुळे माँटगोमेरींना आलामेनची लढाई जिंकणे शक्य झाले. जर्मन सैन्याचा बलाढ्य भाग अशा रीतीने मुख्य रणक्षेत्राकडून उत्तरेस हलताच माँटगोमेरींनी तीनशे तोफांना जर्मन फौजांवर सरबत्ती करण्याचा हुकूम केला. तदनंतर न्यूझीलंड तुकडीतील ब्रिटिश ब्रिगेड्स पुढे घुसल्या. त्यांच्यासमोर नववी ब्रिटिश चिलखती तुकडी जात होती. या सैन्याला जर्मनांची एक नवीन फळी आढळली. तीत रणगाडेविरोधी तोफा होत्या. ही फळी रहमान रस्त्याच्या बाजूने होती. चिलखती ब्रिगेडची बरीच हानी झाली; पण तिच्या चढाईमुळे पुढचा पट्टा उघडा झाला आणि त्याच्यामधून पहिली ब्रिटिश चिलखती तुकडी पुढे घुसली. जर्मन रणगाड्यांनी ब्रिटिशांच्या प्रत्येक बगलेवर हल्ला चढविला; पण ते हल्ले परतवून लावण्यात आले. जर्मन फौजांनी माघार घेण्यास सुरुवात केल्याची ब्रिटिश विमानांनी बातमी आणली; पण तरीही रहमान रस्त्याच्या बाजूची फळी कायम होती. ती ब्रिटिश चिलखती तुकडीला अजून विरोध करीत होती; कारण त्याच वेळी हिटलरकडून माघार न घेण्याची आज्ञा आली होती; पण तो प्रश्न आता जर्मनांच्या हातात राहिला नव्हता. जर्मन फळीला आणखी एक खिंडार पाडले की कारभार आटोपणार होता. आणि ते काम पाचव्या हिंदी ब्रिगेडने ४ नोव्हेंबरला पार पाडले. तिचा हल्ला कल्पनातीत यशस्वी झाला. आलामेनची लढाई ब्रिटिशांनी जिंकली; त्यांचा पुढचा मार्ग मोकळा झाला.

रोमेलनी आता माघार घेण्यास सुरुवात केली. त्यांच्या सैन्याची पार

दुर्दशा उडाली. त्यांचा दुय्यम सेनापती हॉन थोमा आणि सहा इटालियन सेनापती ब्रिटिशांच्या हाती पडले. त्याशिवाय वीस हजार सैन्य आणि तीनशे चाळीस रणगाडे आणि चारशे तोफा ब्रिटिशांनी जिंकल्या. मॉंटगोमेरीच्या आठव्या सेनेने द्रुतगतीने पुढे चाल करण्यास सुरुवात केली. तिला नंतर कधीच पराभवाचा सामना करावा लागला नाही. ती सगळीकडे विजयी होत गेली. युरोपच्या मुक्ती संग्रामातदेखील ती आघाडीवरच राहिली.

❖

१३.

सिसिलीवर स्वारी

१९४२च्या जानेवारीत कासाब्लांका येथे दोस्तांची एक बैठक भरली व तीत ट्युनिशियाच्या पाडावानंतर सिसिली बेटावर स्वारी करण्याचा निर्णय घेण्यात आला; पण हे काम सोपे नव्हते. ती एक प्रचंड मोहीम होती. त्या मोहिमेसाठी तीन हजार नौका गोळा करायच्या होत्या. एक लक्ष साठ हजार सैनिक, चौदा हजार वाहने, सहाशे रणगाडे आणि अठराशे तोफा सिसिलीमध्ये उतरायच्या होत्या. त्या मोहिमेचे सरसेनापती म्हणून जनरल अलेक्झांडर यांची नेमणूक झाली व ब्रिटिश सेनेचे नेतृत्व जनरल माँटगोमेरी यांच्याकडे सुपूर्त करण्यात

आले.

ता. २१ जूनला दोस्तांनी ट्युनिशिया व सिसिली यांच्यामधले पांतेलारिया या नावाचे बेट घेतले. या बेटावरील अकरा हजार सैनिक दोस्तांना शरण गेले. तदनंतर दोस्तांनी लांपेदुझा आणि लिनोझा ही दोन बेटे घेतली.

अशा रीतीने सिसिली बेटाच्या दक्षिणेकडील बाजू सुरक्षित केल्यावर ता. १० जुलैला दोस्तांचे प्रचंड आरमार सिसिली बेटाच्या किनाऱ्यावर येऊन थडकले. या प्रचंड आरमारातील तीन नौका जर्मन यू बोटींनी बुडविल्या. त्याशिवाय दुसरा काही अनुचित प्रकार घडला नाही. दोस्त छत्रीधारी सैनिक ग्लायडरमधून प्रथम उतरले. तदनंतर जहाजातील सैनिकांनी किनाऱ्यावर उतरण्यास सुरुवात केली. या सैनिकांना विमानांचे उत्कृष्ट संरक्षण होते. सिराकुझ आणि पाशिनो ब्रिटिशांनी आणि लिकाता व जेला अमेरिकनांनी काबीज केले. आठव्या सेनेने ता. १२ला आगुस्ता काबीज केले.

अमेरिकन आघाडीवर जर्मन चिलखती तुकडीने भयंकर प्रतिहल्ला चढविला. काही वेळ अमेरिकन फौजांना जर्मन सैनिक पाण्यात लोटतात की काय अशी परिस्थिती निर्माण झाली; पण अमेरिकन सैनिकांनी प्राणपणाने लढून जर्मनांना माघार घेण्यास लावले. ता. १८ जुलैपर्यंत दोस्तांच्या हातात बारा विमानतळ पडले. आता त्यांना कोणताच धोका नव्हता. त्यांनी सिसिली बेटावर पाय भरभक्कम रोवला होता. तिथून त्यांना हुसकून लावणे इटालियन व जर्मन फौजांना कदापिही शक्य नव्हते.

ता. २२ जुलैला पालेमो पडले आणि त्या महिनाअखेर अमेरिकन फौजांनी निकोशिया-सां स्तेफानो रस्ता काबीज केला. सिसिलीच्या पाडावानंतर लगेच इटलीची मोहीम हातात घ्यावी की काय असा विचार दोस्त करू लागले. प्रथम नेपल्स शहर घ्यावे असे ठरले; पण तत्पूर्वी अशा काही घटना घडल्या की, दोस्तांना इटलीवरील स्वारी ताबडतोब सुरू करणे शक्य झाले नाही.

मुसोलिनीचा अध:पात

इटालियन फौजांची सगळीकडे पिछेहाट होत होती. इटलीचे आफ्रिकन साम्राज्य रसातळास गेले होते आणि आता दोस्त फौजा खुद्द इटलीच्या मुख्य भूमीवर सिसिली बेटात उतरल्या होत्या. इटलीच्या या अध:पाताला सर्वाधिकारी मुसोलिनी कारणीभूत असल्याची सर्वांची समजूत झाली व ग्रँड फासिस्ट कौन्सिलच्या बहुसंख्य सदस्यांनी राजा व्हितोर इमान्युएल यांच्याशी संगनमत करून मुसोलिनीस स्थानभ्रष्ट करण्याचा कट रचला.

ता. २४ जुलैला ग्रँड फासिस्ट कौन्सिलची बैठक भरली. तीत बहुतेक सर्व सदस्यांनी मुसोलिनीच्या तोंडावर आरोप केला की, इटलीच्या नाशास तो कारणीभूत आहे. मुसोलिनीला तो हल्ला अनपेक्षित होता; कारण कालपर्यंत ज्या लोकांनी नुसते होयबा म्हणून काम केले होते, त्यांना आताच त्याच्यावर हल्ला चढविण्याचे अवसान आले होते. त्याने आपल्या भूमिकेचे समर्थन केले; पण कौन्सिलचे सभासद त्याची लंबीचवडी वक्तव्ये ऐकण्याच्या मन:स्थितीत नव्हते.

ता. २५ला मुसोलिनी आपल्या कचेरीला गेला. दुपारी त्याने रोममधील दोस्त बॉम्बहल्ल्यात उद्ध्वस्त झालेल्या काही इमारतींची पाहणी केली व संध्याकाळी तो राजाच्या भेटीस गेला. राजा त्या वेळी फील्ड मार्शलच्या पोशाखात होता व सगळीकडे सैन्याचा कडक बंदोबस्त होता. राजा मुसोलिनीला घेऊन नेहमीप्रमाणे दिवाणखान्यात गेला व त्याने मुसोलिनीला उभ्याउभ्याच सांगितले की, त्याला स्थानभ्रष्ट करण्यात आले असून, कैदही करण्यात येणार आहे. ते ऐकून मुसोलिनी चाटच पडला; पण तो स्वप्नात नव्हता, ती वस्तुस्थिती होती. नंतर राजाने मार्शल बादोग्लियो यांना सरकार बनविण्यास पाचारण केले.

मुसोलिनीला स्वीस सरहद्दीवरील एका पहाडी किल्ल्यात स्थानबद्ध करून ठेवण्यात आले. त्याचा ठावठिकाणा कुणाला माहीत होऊ नये म्हणून नवीन सरकारने दक्षता घेतली होती; पण जर्मन गुप्तहेरांनी त्याची माहिती काढली. तदनंतर काही जर्मन छत्रीधारी सैनिकांना मुसोलिनीच्या मुक्ततेसाठी ग्लायडरमधून पाठविण्यात आले. त्यांनी मुसोलिनीला ज्या किल्ल्यात ठेवले होते त्याच्यावर राखण करणाऱ्या सैनिकांना नि:शस्त्र करून त्याची मुक्तता केली व त्याला ते जर्मनीला

घेऊन गेले.

इटलीचे राजे व्हितोर इमान्युएल व पंतप्रधान मार्शल बादोग्लियो या दोघांना दोस्तांशी तह करायचा होता. त्यांनी तटस्थ राष्ट्रांतील आपल्या वकिलामार्फत या वाटाघाटी सुरू केल्या. त्या कामी पोर्तुगालमधील इटालियन वकिलातीने पुढाकार घेतला. त्या वकिलातीचा सल्लागार मार्किस द आयेता याने या सर्व वाटाघाटी केल्या. तो पूर्वी मुसोलिनीचे जामात कौंट सियानो यांच्या कचेरीचा प्रमुख होता. तहाच्या वाटाघाटी सबंध ऑगस्ट महिनाभर पोर्तुगालच्या राजधानीत लिस्बन शहरी चालू होत्या. इटली बिनशर्त शरण जाण्यास तयार झाला व त्याने आपल्या भूमीवर दोस्त सैन्य उतरविण्यासही परवानगी दिली. ता. ३ सप्टेंबरला सिसिली बेटात सिराकुझ येथे तहाचा समारंभ पार पडला.

ता. ३ सप्टेंबरला पहाटेस आठवी ब्रिटिश आर्मी मेस्सिनाची सामुद्रधुनी ओलांडून इटलीवर स्वारी करण्यास निघाली. बादोग्लियो सरकारने दोस्तांशी शरणागतीचा तह केल्याची वार्ता जर्मनांना कळली, तेव्हा त्यांनी रोमला वेढा घातला. बादोग्लियो आणि राजघराण्यातील माणसे त्या वेढ्यात सापडली; पण त्यांनी त्यातून बाहेर पडण्यात यश मिळविले. ते ॲड्रियाटिक समुद्रावरील पास्कारा या नावाच्या एका छोट्या बंदरात आले व तिथून दोन युद्धनौकांतून ब्रिंडसी बंदरात उतरले. त्या दरम्यान रोम शहरात राजाच्या पक्षाचे सैन्य आणि जर्मन सैनिक यांच्यामध्ये चकमकी झाल्या. ता. ११ ऑक्टोबरला इटालियनांचा प्रतिकार थांबला. मार्शल काव्हिग्लिया यांनी इटलीच्या वतीने सेनाधिकाऱ्यांशी लष्करी तह केला.

इटलीमध्ये सैन्य उतरले

ता. ८ सप्टेंबरला पहाटेस दोस्तांनी इटलीच्या सालेर्नो बंदरात सैन्य उतरविण्यास सुरुवात केली. तत्पूर्वी आजूबाजूच्या जर्मन फौजांनी सालेर्नोतील इटालियन शिबंदीला नि:शस्त्र करून त्यांची संरक्षण फळी ताब्यात घेतली होती. त्यामुळे दोस्त फौजांना जर्मनांशी लढा द्यावा लागला. दोस्तांचे सैन्य मोठे आणि त्यांना विमानांचेही साहाय्य मोठे असल्याने जर्मनांचा त्यांच्यासमोर निभाव लागला नाही. ती लढाई दोस्तांनी जिंकली व पुढे चाल करण्यास सुरुवात केली.

दोस्त फौजांचे नेतृत्व इंग्लंडचे विजयी सेनापती मार्शल मॉंटगोमेरी यांच्याकडे होते.

त्यादरम्यान इकडे उत्तर इटलीमध्ये मुसोलिनीने जर्मनांच्या साहाय्याने आपले नवीन सरकार स्थापन केले व दोस्तांना प्रतिकार करण्याची तयारी चालविली. मुसोलिनी हा त्या सरकारचा नुसता नाममात्रच प्रमुख होता. त्या सरकारची सर्व सूत्रे जर्मन अधिकारी हलवीत होते.

इटलीचा राज्यकारभार हाकण्यासाठी जर्मनीतून सनदी अधिकारीही आणविण्यात आले होते; पण हे सरकार जरी नामधारी असले, तरी त्याच्या स्थापनेमुळे इटालियन लोकांमध्ये बुद्धिभेद होऊन काही लोक मुसोलिनीच्या बाजूला – विशेषेकरून फासिस्ट – तर काही बादोग्लियोच्या बाजूला होऊन त्यांच्यामध्ये यादवी युद्ध सुरू झाले.

पण इटालियन लोकांमध्ये जरी अंतर्गत कलह माजला असला तरी ब्रिटिश आठव्या सेनेची प्रगती धीमेपणाने चालू राहिली. सालेर्नोच्या लढाईनंतर तिची सांग्रो नदीवर मोठ्या जर्मन सैन्याशी गाठ पडली. तेथे जर्मनांच्या चार तुकड्या होत्या. ती लढाईही दोस्तांनी जिंकली. तदनंतर आठव्या सेनेचे नेतृत्व पुन्हा फील्ड मार्शल अलेक्झांडर यांच्याकडे आले; कारण फील्ड मार्शल मॉंटगोमेरी यांची युरोपच्या स्वारीवरील दोस्त फौजांचे सेनापती म्हणून नेमणूक झाल्याने त्यांना इटलीतील आठव्या सेनेचे आधिपत्य सोडावे लागले.

❖

१४.

नॉर्मंडीची लढाई

दोस्त राष्ट्रांनी ता. ५ जून, १९४४ रोजी फ्रान्सवर स्वारी करण्याचा बेत आखला. ही स्वारी समुद्रमार्गे आणि आकाशमार्गे अशी दोन्हीही बाजूंनी व्हायची होती.

अँग्लो-अमेरिकन फौजा युरोपवर स्वारी केल्यावाचून राहणार नाहीत, हे हिटलर जाणून होता व म्हणून त्याने उत्तरेपासून खाली दक्षिणेपर्यंत एक बलाढ्य अशी संरक्षक तटबंदी उभारली होती. त्या तटबंदीस 'अटलांटिक तट' (Atlantic Wall) हे नाव देण्यात आले होते. जर्मनीचे अत्यंत कडवे सैन्य आणि भारी चिलखत त्या फळीचे रक्षण करण्यास

अहोरात्र खडे होते.

हिटलरच्या त्या बलाढ्य तटबंदीची दोस्त सेनाधिकाऱ्यांना चांगलीच माहिती होती. तिचा भेद समोरून करणे दुरापास्त होते, म्हणून तिच्या पिछाडीला छत्रीधारी सैन्य उतरविणे आवश्यक होते; पण ते काम सोपे नव्हते. जिवावर उदार झालेल्या व फ्रान्सच्या भूप्रदेशाची खडान्‌खडा माहिती असलेल्याच सैनिकांना ते शक्य होते. असे सैन्य दोस्तांनी शिकवून तयार केले होते. तिला 'बत्तिसावी छत्रीधारी कंपनी' हे नाव देण्यात आले होते. या कंपनीत आयरिश, फ्रेंच, ब्रिटिश, ऑस्ट्रियन, झेक असे नाना देशांचे लोक होते. तसेच त्या लोकांचे धंदेही विविध होते. कुणी संगीतज्ञ होते, वादक होते, गायक होते, तर कुणी लेखक होते. केवळ युरोपला हिटलरच्या दास्यातून मुक्त करण्यासाठी उदात्त भावनेने प्रेरित होऊन ते सगळे लोक ब्रिटिश सैन्यातील त्या आंतरराष्ट्रीय पलटणीत सामील झाले होते. शत्रूप्रदेशात संचार करून घातपाती कृत्ये करणे, दोस्त विमानांना सांकेतिक खुणा करून शत्रूच्या लष्करी उद्दिष्टांवर बॉम्बहल्ले करण्यास लावणे, ही बत्तिसाव्या स्वतंत्र छत्रीधारी सैनिकांची मुख्य कामगिरी होती. दोस्तांनी युरोपवर स्वारी करण्याचा दिवस मुक्रर केल्यावर प्रथम बत्तिसाव्या छत्रीधारी पलटणीतील काही सैनिकांना फ्रान्सच्या जर्मनव्याप्त प्रदेशात सोडण्याचे ठरविले. त्या कामगिरीसाठी साठ सैनिकांची निवड झाली. त्यांनी 'अटलांटिक तटा'च्या पिछाडीस उतरून सहाव्या ब्रिटिश छत्रीधारी तुकडीस मार्गदर्शन करायचे होते. त्यातील प्रत्येक सैनिकापाशी पंच्याऐंशी पौंडांचा दारूगोळा आणि इतर सामान देण्यात आले होते. काही जणांपाशी तर त्याहूनही अधिक वजनाचे सामान होते. त्याशिवाय प्रत्येकाजवळ साठ पौंड वजनाची पायांना बांधलेली 'किट्‌बॅग' होती. त्या पिशवीमध्ये रडारची यंत्रसामग्री होती, तिच्या साहाय्याने त्यांनी सहाव्या ब्रिटिश छत्रीधारी तुकडीतील सैनिकांना खाली उतरण्यासाठी मदत करायची होती.

ते छत्रीधारी साठ सैनिक म्हणजे जर्मनव्याप्त फ्रेंच भूमीवर उतरणारे युरोपच्या मुक्ततेच्या मोहिमेतील बिनीचे सैनिक होते.

सहाव्या ब्रिटिश छत्रीधारी (Airborne) तुकडीचे आधिपत्य मेजर जनरल रिचर्ड गेल या नावाच्या एका करड्या शिस्तीतील सेनाधिकाऱ्याकडे होते. स्वारीवर जाणाऱ्या ब्रिटिश फौजांचे सरसेनापती फील्ड मार्शल

माँटगोमेरी यांचा मेजर जनरल गेलना असा हुकूम होता की, त्यांनी आपली तुकडी काया शहराच्या आग्नेय दिशेस उतरवावी व समुद्रकिनाऱ्यापर्यंतचा एक आठ मैल लांबीचा पट्टा काबीज करावा. त्या पट्ट्यामध्ये जलमार्गाने येणाऱ्या दोस्त फौजा उतरायच्या होत्या; पण ती कामगिरी अत्यंत धोक्याची आणि अवघड होती. ज्या ठिकाणी जनरल गेल आपल्या सैन्यासह उतरणार होते, तिथल्या समुद्रकिनाऱ्यावर जर्मन तोफांचे आणि मशिनगनचे एक जाळेच होते. ते जाळे उद्‌ध्वस्त केल्याशिवाय गेलना आपली कामगिरी तडीस नेणे अशक्य होते.

जनरल गेलना आपल्यावर सोपविण्यात आलेल्या कामगिरीचे आकलन झाले व ते ज्या भागात उतरणार होते, तेथे ग्लायडरमधून सैन्य उतरून तिथले दोन महत्त्वाचे पूल उडवून देण्याचे त्यांनी ठरविले.

शेवटी रात्री अकरा वाजता छत्रीधारी सैन्य उतरविण्याची तयारी पूर्ण झाल्यावर त्या साठही सैनिकांनी चहाचा शेवटचा कप तोंडास लावून सिगरेट शिलगावली व आपल्या मित्रांचा आणि जनरल गेलचा निरोप घेऊन ते विमानात चढले. इंजिनांची घरघर सुरू झाली. त्या सैनिकांना घेऊन जाणारी एकूण सहा विमाने होती. उड्डाण करण्याचा इशारा मिळताच ती आकाशात चढली व फ्रान्सच्या रोखाने मार्ग आक्रमण करती झाली.

त्या विमानांचा आवाज हवेत विरतो न विरतो तोच ब्रिटिश आणि अमेरिकन छत्रीधारी सैनिकांनी भरलेली अकराशे मालवाहू विमाने आकाशात उडाली व युरोपचा मार्ग आक्रमण करण्यास त्यांनी सुरुवात केली.

दोन तासांनी ग्लायडर्सनीही छत्रीधारी सैनिकांचा रस्ता सुधारला. इकडे छत्रीधारी सैनिकांची विमाने दक्षिण फ्रान्सकडे जात असता तिकडे दोस्त बॉम्बफेकी विमाने उत्तर फ्रान्समधील जर्मन तोफखान्यावर बॉम्बवर्षाव करीत होती. त्या अग्निवर्षावाने पहाटेच्या आकाशाला लाली चढली. दक्षिण फ्रान्सवरील दोस्त स्वारीचा जर्मनांना सुगावा लागू नये म्हणून दोस्त विमानांनी ती उत्तर फ्रान्समधील बॉम्बहल्ल्याची हुलकावणी दिली होती.

पहाटे ३ वाजून ३२ मिनिटांनी दोस्त छत्रीधारी सैनिक फ्रान्सच्या भूमीवर उतरले. ठरल्या वेळेपेक्षा त्यांना उतरण्यास अवघा दोन मिनिटे उशीर झाला होता. बहात्तर ग्लायडर्सपैकी एकोणपन्नास सुरक्षितपणे

उतरली. बाकीच्यांची थोडी मोडतोड झाली; परंतु प्राणहानी विशेष झाली नाही. छत्रीधारी सैनिकांनी यत्किंचितही वेळ न गमावता आपल्या इच्छित स्थळी चाल करण्यास सुरुवात केली. पूल उडविण्याची कामगिरी मेजर आर.जे. हॉवर्ड या नावाच्या अधिकाऱ्याकडे सोपविण्यात आली होती. त्याच्या हाताखाली बारा तुफानी सैन्याच्या प्लॅटून्स होत्या. त्यांनी ग्लायडर्समध्ये बसून पुलांच्या जागी उड्डाण केले. सहापैकी चार ग्लायडर्स सुरक्षित उतरली. दोघांची मोडतोड झाली. ग्लायडर्स जमिनीला लागल्यावर सैनिकांनी खाली उतरून आपल्या उद्दिष्टांच्या रोखाने चाल करण्यास सुरुवात केली; परंतु जर्मन टेहळणी पथकांना त्यांचा सुगावा लागला व त्यांनी त्यांना हटकले. त्यांनी त्यांच्यावर गोळीबार सुरू केला; पण त्या गोळीबारास न जुमानता दोस्त सैनिकांनी पुढे सरकण्यास सुरुवात केली. त्या दरम्यान जनरल गेल यांनी आपले ठाणे रांव्हिय येथील किल्ल्यात ठोकले होते. पूल उडविण्यासाठी निघालेल्या सैनिकांनी पाचांपैकी चार पूल उडवून दिले; पण पाचवा पूल महत्त्वाचा होता. तो उडविला नसता तर त्यांची कामगिरी फुकट जाणार होती. ते काम ज्या एका अधिकाऱ्याकडे सोपविण्यात आले होते, त्याची जीप जर्मनांच्या काटेरी तारांत अडकली. रात्रीची वेळ असल्याने सर्वत्र काळोख मी म्हणत होता. जर्मनांनी जीपच्या रोखाने गोळीबार करण्यास सुरुवात केली. प्रसंग मोठा आणीबाणीचा होता. एका सैनिकाने प्रसंगावधान राखून जीपमधील एक मशिनगन बाहेर काढून जर्मनांवर फैर झाडण्यास सुरुवात केली. त्या दरम्यान इतर सैनिकांनी काटेरी तार कापून जीप मोकळी केली व चोहो बाजूंनी स्टेनगनच्या गोळ्या झाडीत जीप भरधाव सोडली. जर्मनांना त्यांचा पाठलाग करता आला नाही. तो महत्त्वाचा पूल गवसण्यास त्या दोस्त सैनिकांना उशीर लागला नाही. त्यांनी पूल उडवून देण्याचे काम झटपट आवरले व जीप तेथेच टाकून पायी पळ काढला. अशा रीतीने त्या भागातील सर्व पूल उडवून देण्यात आल्याने दोस्त छत्रीधारी सैनिकांना जर्मन यांत्रिक फौजांपासून आपले रक्षण करणे शक्य झाले. त्यांचे एकच उद्दिष्ट आता शिल्लक उरले होते, अन् ते म्हणजे मार्व्हेय येथील जर्मन तोफखाना उद्ध्वस्त करण्याचे.

'मार्व्हेय' बॅटरीमध्ये एकशे पन्नास मिलिमीटर्सच्या चार तोफा असल्याची माहिती दोस्तांना मिळाली होती. त्या तोफांची विध्वंसक शक्ती भयंकर

असल्याने त्या उद्ध्वस्त केल्याशिवाय गत्यंतर नव्हते; आणि ते काम उजाडण्यापूर्वी व्हायला हवे होते; कारण पहाट होताच दोस्त फौजा फ्रेंच किनाऱ्यावर उतरण्यास सुरुवात करणार होत्या. मार्व्हेय बॅटरी सिमेंट काँक्रिटच्या एका बॉम्बप्रुफ घरामध्ये होती. तिच्या सभोवताली काटेरी तारांची दोन कुंपणे होती. नऊशे ऐंशी सैनिक दहा मशिनगन्स मांडून त्यांचे रक्षण करीत होते. त्याशिवाय त्या तोफांच्या आजूबाजूस भुईसुरुंग पेरण्यात आले होते ते निराळेच. अशा बलाढ्य बालेकिल्ल्यावर हल्ला करणे हे सोपे काम नव्हते. त्या हल्ल्याची रंगीत तालीम इंग्लंडमध्ये कित्येक दिवस चालली होती. ब्रिटिश गुप्तहेरांनी त्या बॅटरीचा नकाशा दोस्त युद्धमंडळाला सादर केला होता व म्हणून त्यांना ती बॅटरी नष्ट करण्याची योजना अगोदर आखणे शक्य झाले होते.

ज्या अधिकाऱ्याकडे ती बॅटरी नष्ट करण्याची कामगिरी सुपूर्त करण्यात आली होती त्याचे नाव ले. क. ओटवे असे होते. तो दीडशे सैनिक, एक मशिनगन आणि काही हातबॉम्ब्स घेऊन आपल्या मोहिमेवर निघाला. 'मार्व्हेय' बॅटरीपासून ते दीड फर्लांगाच्या अंतरावर येऊन पोहोचले होते, तोच जर्मनांना त्यांची चाहूल लागली. त्यांनी मशिनगन सुरू करून त्यांचे स्वागत केले!

पहाटेचे साडेचार वाजले होते. ले.क ओटवेनी आपल्या सैनिकांना मोहरे (पोझिशन्स) धरण्याचा हुकूम केला. त्यांनी मार्व्हेय बॅटरीच्या कुंपणावर बंगलोर टॉर्पेडोंचा मारा करून ते तोडून टाकले व नंतर ते सगळे जण चोहोबाजूंनी आत घुसले. एका तुकडीने खंदकांतील जर्मन सैनिकांशी हातघाईची लढाई सुरू केली, तर दुसऱ्या तुकडीने सरळ पुढे जाऊन तोफखान्याच्या घराची दारे गाठली. त्यांनी दोन पोलादी दारे उघडून आत एवढी भयंकर आग ओतली की, आतले गोलंदाज भीतीने पार थिजूनच गेले. ते प्रतिकार करण्याच्या भानगडीत न पडता हात वर करून ब्रिटिशांना शरण गेले.

मार्व्हेय बॅटरी दीडशे मिलिमीटर्स असल्याची माहिती ब्रिटिशांना मिळाली होती; पण तिची प्रत्यक्ष पाहणी केल्यावर ती पंचाहत्तर मिलिमीटर्सची असल्याचे आढळून आले आणि त्या तोफाही नीट बसविल्या नव्हत्या. ब्रिटिश सैनिकांनी त्या एकदम उद्ध्वस्त करून टाकल्या. ते काम फत्ते झाल्यावर तोफा उद्ध्वस्त करणाऱ्या पथकाचे नायक ले. क. ओटवे

यांनी सकाळी पावणेपाच वाजता किनाऱ्यावर सैन्य घेऊन येणाऱ्या जहाजांना 'सबकुछ ठीक' असल्याची सांकेतिक इशारत दिली व आपली कामगिरी फत्ते झाल्याचे एका शिकवलेल्या कबुतराकडून इंग्लंडला कळविले.

ओटवेच्या दीडशे सैनिकांपैकी अर्धेअधिक ठार झाले; परंतु त्या सैनिकांनी जी बहादुरी गाजविली त्यामुळे दोस्तांना आत घुसण्यास युरोपचा दरवाजा मोकळा झाला.

इकडे ब्रिटिश छत्रीधारी सैन्याचा सेनापती जनरल गेल यांचे सैनिक पूर्व बाजू सुरक्षित करीत होते, त्याच वेळी अमेरिकन एक्र्याऐंशीवी आणि एकशेएकावी या छत्रीधारी सैनिकांच्या तुकड्या नॉर्मंडीच्या कोंतेंता द्वीपकल्पांत उतरत होत्या. त्या तुकड्यांना जर्मन सैनिकांकडून फारसा प्रतिकार झाला नाही. अमेरिकेच्या आठशे पाच सैन्यवाहू विमानांपैकी जर्मनांना अवघी वीस विमाने पाडण्यात यश आले. त्यांच्या तोफांना रडार यंत्रे बसविली नसल्याने त्यांची नेमबाजी अचूक होत नसे. अमेरिकेच्या एकेशएकाव्या तुकडीचे सेनापती जनरल माक्सवेल टेलर होते. त्यांच्या तुकडीत सहा हजार सहाशे सैनिक होते. रात्रीची वेळ असल्याने ते जळी-स्थळी उतरले. सूर्योदयाच्या सुमारास त्यातील अवघे अकराशे सैनिक गोळा झाले. बाकीच्यांना आपली तुकडी गाठण्यास एक दिवसाचा अवधी लागला.

मेजर जनरल मॅथ्यू रिजवे यांच्या तुकडीतील सैनिक मात्र तीन मैलांच्या टापूत उतरल्याने लवकर गोळा झाले व लागलीच त्यांनी चढाई करून सांमॅर एग्लिस हे ठाणे काबीज केले. त्यांचे लढाईचे सामान बावन्न ग्लायडर्समधून उतरविण्यात आले होते. त्यातील बावीस ग्लायडर्स उतरण्याच्या परिसरात (landing zone) उतरली. बाकीची दूर उतरली. ते काही असो, पण एक गोष्ट खरी की, जर्मन सैनिकांना दोस्त छत्रीधारी सैनिकांचा प्रतिकार करता आला नाही. इतकेच नव्हे, तर त्यांना स्वसंरक्षणासाठी बचावाचीच लढाई खेळावी लागली. त्यांची फजिती होण्याचे कारण की, त्यांना वरिष्ठ अधिकाऱ्यांकडून दोस्त स्वारीचा इशारा मिळाला नसल्याने ते बेसावध होते. त्यांना प्रतिकाराची तयारी करण्यास सवडच मिळाली नाही.

वरिष्ठ जर्मन अधिकाऱ्यांना दोस्त सैन्य युरोपवर स्वारी करणार

असल्याचे माहीत होते. पण ती स्वारी उत्तरेकडे होणार आहे की दक्षिणेकडे ते त्यांना माहीत नव्हते. तसेच स्वारीचा नक्की दिवसही त्यांना कळला नव्हता. ती स्वारी बहुधा उत्तर फ्रान्स, नॉर्वे अथवा हॉलंडमध्ये होईल या अंदाजाने त्यांनी त्या भागात कडेकोट बंदोबस्त ठेवला होता. त्यांच्या हवाई दलाचीही अशीच दिशाभूल झाली होती. ज्या वेळी दोस्त छत्रीधारी सैनिक दक्षिण फ्रान्समध्ये उतरत होते, त्या वेळी जर्मन विमाने उत्तर फ्रान्समध्ये बॉंबफेक करणाऱ्या दोस्त विमानांशी लढत होती. जर्मन रडार पद्धती तर सुरुवातीपासून चुकीची होती. कोंतेंता द्वीपकल्पात दोस्त सैनिक उतरत असता जर्मन राडार यंत्रांना त्यांचा यत्किंचितही सुगावा लागला नव्हता. अमेरिकन सैनिक पॅराशूटने उतरत असताना जर्मन सैनिकांनी प्रत्यक्ष पाहिले, तेव्हाच त्यांना दोस्तांची स्वारी झाल्याचे कळून आले.

दोस्त स्वारीची बातमी पहाटेस चार वाजता फिल्ड मार्शल जोड्ल यांना बर्चेसगाडन येथे फोनने कळविण्यात आली. बारावी एस.एस. आणि पांझर लेहर या दोन तुकड्या त्वरित नॉर्मंडीला पाठविण्याची हिटलरला विनंती करण्याची मागणी जोड्लकडे करण्यात आली. त्या मागणीला जोड्लने प्रत्युत्तर दिले की, नॉर्मंडीत सैन्य उतरविण्यामागे दोस्तांचा काय हेतू आहे ते कळल्याशिवाय बारावी एस.एस. आणि पांझर लेहर या तुकड्या नॉर्मडीला पाठविता येत नाहीत असा फ्यूररचा निरोप आहे.

हिटलरची अशी कल्पना होती की, नॉर्मंडीमध्ये छत्रीधारी सैनिक उतरवून दोस्त जर्मनांना हुलकावणी देत आहेत. त्यांच्या स्वारीचे मुख्य उद्दिष्ट उत्तर फ्रान्सच आहे, अशी त्यांची दृढ समजूत होती व त्या समजुतीप्रमाणे त्याने नॉर्मंडीमध्ये सैन्य पाठविण्यास नकार दिला. हिटलरप्रमाणेच पश्चिम आघाडीवरील जर्मन फौजांचे सरसेनापती फील्ड मार्शल रुंडस्टेड्ट हेही गोंधळात पडले होते; कारण त्यांना जर्मन गुप्तहेरांकडून निश्चितपणे अशी बातमी मिळाली होती की, दोस्त फौजा उत्तर फ्रान्समध्ये उतरणार आहेत आणि म्हणून त्यांनी त्या भागात कडक बंदोबस्त ठेवला होता. इतकेच नव्हे तर सकाळी ६ वाजता दोस्त आरमाराने फ्रान्सच्या किनाऱ्यावर भडिमार सुरू केला तेव्हादेखील जर्मन अधिकारी गोंधळातच होते. जर्मन अधिकाऱ्यांच्या मनात माजलेल्या

गोंधळाचा दोस्तांनी पुरेपूर फायदा घेतला. नशिबाने त्यांच्यावर चोहोबाजूंनी खैरात करण्यास सुरुवात केली होती. त्यांच्या आरमाराचे जलपर्यटन सुखरूप पार पडले होते, समुद्र शांत होता आणि हवाही चांगली होती. जणू काही निसर्गही त्यांना मदत करीत होता. सैन्य उतरण्यास सुरुवात करण्यापूर्वी दोस्त युद्धनौकांनी आणि विमानांनी उताहच्या किनाऱ्यावर जोरदार भडिमार केला. त्या हल्ल्यात तीनशे अमेरिकन विमाने, दोन बॅटलशिप्स, दोन क्रूझर्स आणि डझनभर विनाशिकांनी भाग घेतला. उताहच्या किनाऱ्यावर तीस हजार सैनिक आणि तीन हजार पाचशे वाहने उतरायची होती. त्यात पाण्यातून जाणारे वॉटरप्रूफ रणगाडे होते. मार्शल रोमेलनी पाण्यातून जाणारे रणगाडे कसे असतात ते आपल्या फौजांना समजावून सांगितले होते. परंतु जर्मनीपाशी तसले रणगाडे नसल्याने ती माहिती जर्मन सैनिक विसरून गेले होते. पण आता जेव्हा ती अजस्र धुडे तोफांच्या गोलंदाजीस न जुमानता पाण्यातून किनाऱ्याच्या दिशेने सरकू लागली, तेव्हा जर्मन सैनिकांच्या आश्चर्यास पारावारच उरला नाही. भीतीने त्यांची बोबडीच वळाली. दोस्तांपेक्षा आपले यंत्रदल बलाढ्य असल्याचा त्यांचा आतापर्यंतचा गर्व दोस्तांचे ते वॉटरप्रुफ रणगाडे पाहून पार धुळीस मिळाला.

ता. ६ जूनला सकाळी ९ वाजता दोस्त सैनिकांनी रणगाड्यांच्या साहाय्याने जर्मनीच्या 'अटलांटिक फळी'चा भेद करून आत दोन मैलांची पाचर ठोकली; परंतु ओमाहा किनाऱ्यावर मात्र त्यांना जर्मनांचा कडवा प्रतिकार झाला. तो किनारा खडकाळ असल्याने जर्मन सैनिकांना त्यांचा प्रतिकार करणे सुलभ झाले. त्या भागात फील्ड मार्शल रोमेल यांनी आपल्या पांझर तुकड्यांतील आठ बॅटॅलियन्स ठेवल्या होत्या. असे सांगतात की, त्या ठिकाणी जादा बंदोबस्त ठेवण्याचा हुकूम हिटलरने केला होता. दोस्त सैनिक तेथे उतरणार असल्याचे त्याला अंतर्ज्ञानाने कळले होते म्हणतात! त्या भागात उतरणारे सैन्य अमेरिकन होते. त्यांचे तीन हजार सैनिक उतरताना जर्मनांकडून मारले गेले; पण अखेर त्यांनी जर्मनांना माघार घेण्यास भाग पाडून आपले सैन्य तेथे उतरविले.

युरोपवरील स्वारीचे सर्वश्रेष्ठ अधिकारी जनरल आयसेनहावर होते व फील्ड मार्शल मॉंटगोमेरी हे सरसेनापती होते. मॉंटगोमेरींनी दुसऱ्या

अमेरिकन सेनेचे नेतृत्व जनरल डेंप्से या अनुभवी सेनापतीकडे सोपविले होते. ही सेना बायँ आणि कायां या दोन्ही शहरांमधील किनाऱ्यावर उतरायची होती; पण तेथेही ब्रिटिशांना जर्मनांकडून भयंकर प्रतिकार झाला; परंतु या ठिकाणी ब्रिटिशांनी अमेरिकनांसारखी चूक केली नाही. अमेरिकनांनी प्रथम सैन्य उतरवून मग लष्करी सामग्री उतरविण्यास सुरुवात केली होती. ब्रिटिशांनी प्रथम युद्धसामग्री आणि नंतर सैन्य उतरविल्याने त्यांची प्राणहानी कमी झाली.

दुसऱ्या ब्रिटिश सेनेच्या बिनीच्या पथकांनी किनारा गाठून लगेच पुढे चाल केली व एक मैलाचा प्रदेश ताब्यात घेतला. तदनंतर ११ वाजता आणखी दोन ब्रिगेड्स किनाऱ्यावर उतरल्या व त्यांनी पहिल्या पथकांना गाठले. आता पाचर तीन मैल लांबीची व अडीच मैल रुंदीची झाली; पण तदनंतर ब्रिटिशांना अधिक प्रगती करता आली नाही; कारण ल हामेल येथील तीनशेबावन्नाव्या जर्मन तुकडीच्या काही बॅटॅलियन्सनी त्यांना रोखून धरले. रात्री ९ वाजेपर्यंत ब्रिटिशांनी आणखी दोन मैलांची प्रगती केली. तोपर्यंत इकडे छप्पन्नाव्या ब्रिगेडने नैर्ऋत्येकडे धडक मारून बायॅ शहर काबीज केले. ब्रिटिश फौजांकडून काबीज होणारे ते पहिलेच शहर असल्याने त्या शहराच्या नागरिकांनी ब्रिटिश सैनिकांचे सहर्ष स्वागत केले. ते शहर हाती पडल्याने ओमाहा किनाऱ्याकडे जाण्याचा मार्ग मोकळा झाला.

पहिली दुपार

मागे सांगितल्याप्रमाणे दोस्त स्वारी उत्तर फ्रान्स, हॉलंड किंवा नॉर्वे या ठिकाणी कुठे तरी होईल, असा जर्मन सेनाधिकाऱ्यांचा आणि हिटलरचाही अंदाज होता व म्हणून त्या भागात त्यांनी युद्धाची प्रचंड तयारी केली होती; पण दोस्तांनी त्यांना चांगलेच चकविले. शेवटच्या क्षणापर्यंत त्यांनी जर्मनांना कशाचाच पत्ता लागू दिला नाही. नॉर्मंडीतील जर्मन अधिकाऱ्यांनी दोस्त स्वारीची वार्ता आपल्या वरिष्ठ अधिकाऱ्यांना ताबडतोब कळविली व मदतीची मागणी केली. फील्ड मार्शल रोमेलचा एक दुय्यम सेनाधिकारी जनरल फ्युचटिंगर याने तर आपल्या हाताखालच्या दोन बॅटॅलियन्स युद्धक्षेत्रावर रवाना केल्या; पण त्या सैन्याला दोस्तांविरुद्ध युद्धात उतरण्याची परवानगी नव्हती. ती परवानगी 'आर्मी ग्रूप बी'

कडून यायची होती. ती परवानगी द्यायला सहा तास लागले; कारण रोमेल बर्चेसगाडन येथे फील्ड मार्शल रुंडस्टेड्‌ट यांच्याकडे सल्लामसलतीकरीता गेले होते आणि रोमेलचा सेनापती जनरल स्पायडेल याला रोमेलच्या परवानगीशिवाय त्याच्या हाताखालच्या सैन्याला लढण्याचा हुकूम देता येत नव्हता. शेवटी तो हुकूम एकदाचा आला. अशा रीतीने जर्मन फौजांची चांगलीच त्रैधातिरपीट उडाली. त्यांना सगळीकडे धावपळ करावी लागल्याने त्यांच्याकडून दोस्तांना व्हावा तसा प्रतिकार झाला नाही. दोस्तांची युरोपवरील स्वारीची सुरुवात चांगली झाली होती. तत्पूर्वी जगाच्या इतिहासात कधी न घडलेली अशी ती घटना होती किंवा सर विन्स्टन चर्चिल यांच्या शब्दांत सांगायचे झाल्यास 'most difficult and complicated operation that has ever taken place' अशी ती घटना होती.

त्या मोहिमेत दोस्तांचे जवळजवळ अकरा हजार सैनिक ठार, जखमी अथवा बेपत्ता झाले; परंतु दोस्त सेनाधिकाऱ्यांच्या अपेक्षेहून ही मनुष्यहानी पुष्कळच कमी होती.

ती हानी कितीही असो, पण एक खरे की, दोस्तांनी आपला पाय नॉर्मंडीमध्ये घट्ट रोवला. तिथून त्यांना हुसकून लावणे जर्मनांना कधीच शक्य झाले नाही.

ता. १२ जूनला फील्ड मार्शल रोमेलनी फील्ड मार्शल कायटेलना टेलिप्रिंटरने पुढील संदेश धाडला : 'शत्रू जिंकलेल्या प्रदेशात आसन बळकट करीत असून, त्याला विमानांची चांगलीच मदत होत आहे. आमचे आरमार आणि विमानदल त्यांच्याशी लढण्यास निदान आज तरी समर्थ नाही. त्यामुळे आमच्या फौजा आघाडीवर येईपर्यंत शत्रूची शक्ती हरघडी वाढत आहे. शत्रूच्या विमानांचे आकाशात प्राबल्य झाले आहे. आमच्या विमानांचा त्यांच्यासमोर निभाव लागेनासा झाला असल्याने आमच्या लष्कराला हालचाल करणे अशक्य झाले आहे. इतकेच नव्हे तर, शंभर किलोमीटर्सच्या टापूत आमच्या वाहनांची वाहतूक त्याने अशक्य करून टाकली आहे. सैनिकांना आणि अधिकाऱ्यांना दोस्त विमानांच्या भयाने दिवसा लपून बसावे लागत आहे. आमचे सैनिक आपले रक्षण कसेबसे करीत आहेत. त्यांना विमानांचे तर संरक्षण नाहीच, पण त्यांना दारूगोळाही मिळणे दुरापास्त होऊन बसले आहे.

दोस्त विमाने आमच्या पुरवठ्यावर अविरत बॉम्बफेक करीत आहेत.'

रोमेलच्या उपरोक्त संदेशावरून दोस्त विमानांनी जर्मनांची काय अवस्था करून टाकली होती, त्याची कल्पना येते. ता. १७ जूनला हिटलरने फील्ड मार्शल रुंडस्टेडट व फील्ड मार्शल रोमेल या दोघांना आपल्या भेटीस बोलविले. हिटलर फ्रान्समधील मार्जिबल येथील आपल्या खास ठाण्यावर मुक्कामास होता. ते ठाणे त्याच्यासाठी मुद्दाम बांधण्यात आले होते; कारण तिथून त्याला लंडनवरील स्वारीची सूत्रे हलवायची होती. त्या भेटीत रुंडस्टेड्टनी हिटलरला स्पष्ट जाणीव करून दिली की, जोपर्यंत दोस्त आरमार आणि हवाई दल बलाढ्य आहे, तोपर्यंत जर्मन फौजांची फेरचढाई यशस्वी होणे कठीण आहे. रोमेलनेही रुंडस्टेड्टच्या मताला दुजोरा दिला. त्या दोघांनी हिटलरपाशी मागणी केली की, जर्मन विमानांनी रसदींच्या मार्गांना संरक्षण दिले पाहिजे व फेरचढाईची सूत्रे हलविण्याचे आपणास संपूर्ण स्वातंत्र्य असले पाहिजे. नंतर त्या दोघांनी हिटलरसमोर आपल्या फेरचढाईची योजना मांडली.

पण हिटलरने त्या योजनेविषयी आपले कोणतेच मत प्रकट केले नाही. त्याने विषयांतर केले. त्याने नवीन विमानांचे फोटो मागविले व त्यांची बांधणी कशी केली जाते ते तो आपल्या फील्ड मार्शलना समजावून सांगू लागला. तदनंतर ते भोजनास बसले. जेवणाच्या टेबलावरही हिटलरने कुणाला बोलू दिले नाही. सबंध वेळ तो स्वतःच बोलत होता; पण फील्ड मार्शल रोमेलना आपले विचार दाबून ठेवणे अशक्य झाले व ते हिटलरला म्हणाले,

"फ्यूरर, हे युद्ध चालू ठेवण्यात आपला काही फायदा आहे का?"

तो प्रश्न कानी पडताच हिटलर एकदम क्रोधाविष्ट झाला; पण नंतर मनावर ताबा ठेवून तो शांत स्वरात म्हणाला,

"हा प्रश्न कसा सोडवायचा ते तुम्ही माझ्यावर सोपवा. यात तुमची काही जबाबदारी नाही."

नंतर त्याने त्या युद्धात V अस्त्रे कशी प्रभावी ठरणार आहेत व ती युद्धाला कशी कलाटणी देणार आहेत ते रुंडस्टेड्ट व रोमेल या दोघांना समजावून सांगितले. त्यावर रोमेलनी हिटलरला विनंती केली की, ती अस्त्रे इंग्लंडच्या बंदरात आणि नॉर्मंडीतील दोस्त फौजांवर टाकण्याची व्यवस्था व्हावी; पण हिटलरने त्या गोष्टीस नकार दिला. योगायोगाची

गोष्ट ही की, हिटलरने आपल्या सेनाधिकाऱ्यांची बैठक समाप्त केल्यावर चाचणीसाठी सोडलेला एक V अग्निबाण त्याच्याच ठाण्याच्या आवारात कोसळून त्याचा स्फोट झाला. तो अग्निबाण इंग्लंडवर सोडण्यात आला होता; पण तो जिथून सोडला तिथेच येऊन पडला. सुदैवाने त्या स्फोटात जरी प्राणहानी झाली नसली तरी, त्या स्फोटाने हिटलर इतका घाबरून गेला की, दुसऱ्या दिवशीचे आपले सगळे कार्यक्रम रद्द करून तो घरात स्वस्थ बसून राहिला. नॉर्मंडीतील लष्करी हालचालींबाबत रोमेलशी त्याच्या महत्त्वाच्या वाटाघाटी व्हायच्या होत्या; पण त्या वाटाघाटीही त्याने रद्द केल्या.

ता. २० जूनला हिटलरने रोमेलना दोस्तांविरुद्ध चढाई करण्याचा हुकूम केला. त्याने त्यांना एस. एस. तुकड्यांची मदत पाठविली. त्या तुकड्या रशियन आघाडीवरून काढून घेतलेल्या होत्या. त्यांनी तेथे पराक्रम गाजविल्याचा बोलबाला होता. रोमेलनी हिटलरचा हुकूम अमलात आणण्याचे ठरविले; पण ती चढाई कितपत यशस्वी होईल याची त्यांना शंका वाटत होती. हिटलरने दोन एस.एस. तुकड्या पाठविण्याचे आश्वासन दिले होते; पण त्या तुकड्या २५ जूनपर्यंत तरी पश्चिम आघाडीवर आल्या नाहीत. त्याचे कारण असे की, पूर्व आणि पश्चिम या दोन्ही आघाड्यांमधील अंतर दोन हजार मैलांचे होते. त्यातच दोस्त विमानांनी रेल्वे उद्ध्वस्त करून टाकल्याने सैन्याची वाहतूक मंदावली होती. रोमेलची चढाई होण्यापूर्वीच ब्रिटिशांनी जोराची चढाई करून काया शहर काबीज केले व तदनंतर त्यांनी आणखी जोर करून जर्मनांचा उरलासुरला प्रतिकारही मोडून काढला.

रोमेलची चढाईची अजून तयारी झाली नव्हती म्हणून त्यांनी जर्मनांना माघार घेण्याचा हुकूम केला. त्या रात्री पश्चिम आघाडीवरील जर्मन सेनापती फील्ड मार्शल रुंडस्टेड्ट यांनी फील्डमार्शल कायटेलना इशारा दिला की, जर्मनीचा पराभव ही काळ्या दगडावरील रेघ आहे. "तर मग काय करायचे?" कायटेलनी हताश होऊन विचारले. "तह करा, मूर्खांनो, तह करा!" रुंडस्टेड्ट उद्गारले. कायटेल चुगलीखोर आणि खुशमस्कऱ्या होता. तो ताबडतोब हिटलरकडे रवाना झाला. त्याचे आगमन झाले तेव्हा हिटलर गुंथर व्हॉन क्लुग याच्याशी सल्लामसलत करण्यात गुंतला होता. कायटेलने त्याला रुंडस्टेड्टशी झालेले भाषण

विदित केले. रुंडस्टेड्ट आपल्याशी इमानदार नाही, हे हिटलरला माहीत होते. तो एक असामान्य लष्करी सेनानी होता, म्हणून हिटलर त्याची थोडी कदर करीत होता; पण आता जेव्हा त्याला कळले की, रुंडस्टेड्टना युद्ध नको आहे, तेव्हा त्यांना बडतर्फ करून त्यांच्या जागी मार्शल व्हॉन क्लुगची सरसेनापती म्हणून नेमणूक करण्याचे त्याने ठरविले. इतकेच नव्हे तर त्याच बैठकीत त्याने रुंडस्टेड्टना पत्र लिहून त्यांना बडतर्फ केल्याचे कळविले.

ता. ४ जुलैला व्हॉन क्लुग आपल्या नव्या जागेवर रुजू झाले. रोमेलनी ऑर्न नदीच्या पूर्वेस माघार घेऊन बलाढ्य अशी एक संरक्षक फळी उभारली. त्या फळीत त्यांनी पाच संरक्षणपट्टे उभारले. पहिला पट्टा पायदळाचा होता, दुसरा दोनशेदहावी पांझर, छत्तिसावी टायगर आणि पहिल्या एस.एस.ची मध्यम टँक बटॅलियन अशा तीन तुकड्यांचा होता. तिसरा पट्टा फार लहान लहान खेड्यांचा होता. त्यातील प्रत्येक खेडे म्हणजे एक एक बालेकिल्ला होता. प्रत्येक खेड्यात एक कंपनी आणि चार रणगाडेविरोधी तोफा होत्या. त्या पट्ट्यामागे तोफांची फळी होती. त्या फळीत अठ्ठ्याहत्तर मध्यम तोफा आणि बारा वजनी तोफा ठेवण्यात आल्या होत्या. त्या अवजड तोफा विमानविरोधी तशाच टँकविरोधीही होत्या. त्या तोफांच्या फळीमागे एकशे चौऱ्याण्णव फील्ड तोफा आणि दोनशेबहात्तर मॉर्टर तोफा मांडून ठेवण्यात आल्या होत्या. दोस्त पायदळाने त्या जर्मन हत्यारांची मोठीच दहशत घेतली होती. त्या तोफांच्या फळीमागे पहिल्या एस.एस.च्या सहा पायदळ बटॅलियन्स ठेवण्यात आल्या होत्या. शिवाय राखीव म्हणून त्या फळीमागे पाच मैलांच्या अंतरावर पहिल्या एस.एस.चे पंचेचाळीस पांझर्स व बाराव्या एस.एस.चे दोन कडवे लढाऊ गट प्रत्येकी चाळीस रणगाडे देऊन ठेवण्यात आले होते.

रोमेलच्या त्या संरक्षक फळीची माहिती जेव्हा ब्रिटिशांना कळली तेव्हा ती फळी जमीनदोस्त करण्याची त्यांनी तयारी सुरू केली. त्यांनी सत्तर रणगाडे आणि विपुल युद्धसाहित्य गोळा केले. जर्मन विमानांनी त्या युद्धसाहित्याचे फोटो घेऊन ते रोमेलकडे पाठवून दिले. रोमेलनी लगेच व्हॉन क्लुगना ब्रिटिश चढाई १५ जुलैस सुरू होणार असून, ती १७ जुलैला व्यापक होणार असल्याचे कळविले. ती बातमी मिळताच

काया आघाडीवरील सर्व जर्मन तुकड्यांना सावध राहण्याचा इशारा देण्यात आला. दुपारी रोमेलनी आपल्या संरक्षक फळीची अखेरची पाहणी केली. ते एका ठाण्यावरून माघारी परतत होते, तोच एका ब्रिटिश विमानाने त्यांची गाडी बघितली. त्याबरोबर त्या विमानाने त्यांच्या गाडीवर हल्ला करण्यासाठी खाली सुरकांडी मारली. रोमेलनी आपल्या ड्रायव्हरला गाडी एखाद्या झाडाच्या आडोशास घेण्यास सांगितले. त्याने गाडी भरधाव सोडली. ते पाहून त्या विमानानेही गाडीचा पाठलाग सुरू केला. अकस्मात ती गाडी एका झाडावर जाऊन आपटली व रोमेल बाहेर फेकले गेले. त्यांना गंभीर स्वरूपाचा मार बसून ते तात्काळ बेशुद्ध पडले. त्याच स्थितीत त्यांना जवळच्या एका खेड्यात हलविण्यात आले.

ता. १८ जुलैच्या पहाटेस दोस्त विमानांनी काया आणि त्रोआन् यांच्या मधल्या प्रदेशात भयंकर बॉम्बवृष्टी केली. तो बॉम्बहल्ला सतत तीन दिवस चालला होता. दुसऱ्या महायुद्धात अशी बॉम्बवृष्टी जर्मन विमानांनीदेखील कुठे केली नाही, असे सांगतात. ती बॉम्बवृष्टी थांबल्यावर दोस्तांच्या चढाईस सुरुवात झाली. दोस्तांच्या बॉम्बवृष्टीत जर्मन युद्धसाहित्याचा मोठाच नाश झाला होता. त्यातून जे साहित्य बचावले त्याच्या साह्याने जर्मन सैन्याने दोस्तांची चढाई थोपवून धरण्याचा प्रयत्न केला. त्यांचे रणगाडे दोस्त रणगाड्यांहून भारी असल्याने त्यांच्या माऱ्यासमोर दोस्तांना पुढे जाणे अशक्य होऊ लागले. ते पाहून दोस्तांनी आणखी कुमक मागविली. जर्मन फौजांनी दोस्तांना दुपारपर्यंत पुढे पाऊल टाकू दिले नव्हते; पण दोस्तांना कुमक आल्याने त्यांना माघार घ्यावी लागली. पुन्हा दोस्त विमानांनीही त्यांना झोडपण्यास सुरुवात केली. त्या माऱ्यामुळे जर्मन सेनापती जनरल डिट्रिच आणि त्याच्या बिनीच्या फौजा यांचा संबंध तुटला. त्याने बुर्गे बुस या खेड्यात ब्रिटिशांशी लढाई देण्याची तयारी केली होती. ती लढाई त्याला टाळता आली नाही. ब्रिटिशांनी त्याचे एकशेसव्वीस रणगाडे नष्ट केले. ती लढाई रात्रभर चालू होती. शेवटी कॅनेडियन फौजांनी डिट्रिचची फळी फोडण्यात यश मिळविले. ब्रिटिशांनी जर्मनांना त्यांच्या सर्व ठाण्यांतून हुसकून लावले. फक्त ला होग हे एकच ठाणे तेवढे त्यांच्या हातात राहिले. त्या दरम्यान फील्ड मार्शल रोमेल मोटार अपघातात जखमी

झाल्याने लढाईची सूत्रे स्वत: व्हॉन क्लुग हलवीत होते. त्यांनी नॉर्मंडीतील जर्मन फौजांची पाहणी करून हिटलरला पुढील पत्र लिहिले :-

'फ्यूररच्या सेवेशी,

...काया आघाडीवरील सेनाधिकाऱ्यांशी मी जी चर्चा केली त्यावरून स्पष्टपणे कळून आले की, शत्रूच्या हवाई दलाचा जोर भयंकर असून, त्याच्या माऱ्यापुढे आमचे प्रतिहल्ले निष्फळ ठरत आहेत. आम्ही प्रतिचढाईसाठी जे चिलखत गोळा केले होते ते शत्रूच्या बॉम्बहल्ल्यात सापडून पार नष्ट होऊन गेले आहे. शत्रूच्या या हवाई वर्चस्वाची आमच्या सैनिकांनी भयंकर दहशत घेतली असून, त्यांचे नैतिक धैर्य खचले आहे. ही परिस्थिती अशीच चालू राहिल्यास आमच्या फौजांची प्रतिकारक्षमता नष्ट होण्याची भीती आहे.

'मी या आघाडीवर एक निश्चित हेतू मनात बाळगून आलो होतो. आपली आज्ञा अमलात आणण्यासाठी केवढीही किंमत देण्याची माझी तयारी होती; परंतु वस्तुस्थिती अशी आहे की, तो त्याग करून पदरात काही पडण्याची बिलकूल आशा नाही. आमच्या सैनिकांचे सामर्थ्य वाया जाण्यापलीकडे आणखी काही व्हायचे नाही. ती वस्तुस्थिती योग्य वेळी आपल्या निदर्शनास आणणे हे मी माझे कर्तव्य समजतो.'

सरसेनापती व्हॉन क्लुगचे प्रस्तुत पत्र म्हणजे नॉर्मंडीतील जर्मन पराभवाचा कबुलीजबाबच होता; पण तरीही हिटलरचे डोळे उघडले नाहीत. वस्तुस्थितीकडे पाठ फिरवून तो आपल्या कल्पनासाम्राज्यातच दंग होता. ता. ४ ऑगस्टला हिटलरने व्हॉन क्लुगना व्हिर मोर्ता भागात दोस्तांवर चढाई करण्याचा हुकूम धाडला. ती चढाई म्हणजे सातव्या जर्मन सेनेचा मृत्यू हे व्हॉन क्लुगना माहीत होते; पण ते हुकुमाचे ताबेदार होते. हिटलरच्या हुकुमाप्रमाणे व्हॉन क्लुग व जनरल हाउस्सर या दोघांनी ता. ६ ऑगस्टच्या रात्री चढाईस सुरुवात केली. त्या चढाईची तयारी दोस्तांच्या नजरेतून सुटली नव्हती. त्यांनी तिला तोंड देण्याची तयारी करून ठेवली होती. त्या तयारीप्रमाणे अमेरिकन सेनापती

ब्रॅडले यांनी जर्मन चढाईस सुरुवात होण्यापूर्वी स्वतःच व्हिर मोर्तावर हल्ला चढवून लढाईस तोंड फोडले. त्या हल्ल्यामुळे व्हॉन क्लुगचा डाव कोलमडून पडला. त्यांच्या फौजांचा बीमोड होऊन व्हिर अमेरिकनांच्या हातात पडले.

ता. ८ ऑगस्टला जनरल ब्रॅडले यांनी चढाईस सुरुवात केली. त्यांच्या फौजांनी जर्मनांना चांगलेच चोपून काढले.

नॉर्मंडीतील जर्मन फौजांना आता वेढ्यात सापडण्याचा धोका निर्माण झाला. कॅनेडियन फौजांनी फालेजच्या रोखाने चढाई सुरू केली होती आणि अमेरिकन चढाईला आळा घालण्यास जर्मन फौजा असमर्थ ठरल्या होत्या. ती सबंध युद्धआघाडी शंभर मैलांची होती. मार्शल व्हॉन क्लुगना जर त्यांचे स्वतःचे डावपेच लढविण्याचे स्वातंत्र्य हिटलरने दिले असते, तर जर्मन फौजांचा नाश टळू शकला असता; पण ते स्वातंत्र्य त्यांनाच नव्हे तर कुठल्याच सेनापतीला नव्हते. हिटलर स्वतःच लढाईची सूत्रे हलवीत होता. त्याचे हुकूम अमलात आणणे हेच केवळ त्याच्या सेनापतीचे काम होते. त्यातच २० जुलैला हिटलरला ठार मारण्याचा एक अयशस्वी कट झाला होता. त्या कटात भाग घेतल्याच्या संशयावरून गेस्टापोने अनेक सेनाधिकाऱ्यांना अटक केली होती. त्यामुळे आपण सैन्याच्या हालचाली स्वतंत्रपणे केल्यास हिटलरला आपल्या स्वामिभक्तीबद्दल संशय येऊन तो आपणास अटक करील अशी व्हॉन क्लुगना भीती वाटली व त्यांनी हिटलरचा हुकूम जशाचा तसा अमलात आणण्याचे ठरविले; पण त्या हुकुमाप्रमाणे जर्मन फौजांनी हालचाली केल्याने वेढ्यात सापडण्याचा धोका निर्माण झाला. ते पाहून हिटलरला व्हॉन क्लुगविषयी संशय आला व त्याने त्यांच्या जागी मार्शल मोडेल यांची सरसेनापती म्हणून नेमणूक केली. मोडेलनी पूर्व आघाडीवर रशियन फौजांची वासंतिक चढाई थोपवून धरली होती. त्या विजयामुळे हिटलरला त्यांच्याविषयी आशा वाटत होती; पण त्यांचे आगमन होण्यापूर्वीच जर्मन सैन्य कोंडीत सापडले. दोस्त विमानांनी त्यांच्यावर बॉम्बहल्ले चढवून त्यांची कत्तल केली. त्या बॉम्बहल्ल्यात शेकडो सैनिक ठार आणि जखमी झाले. एकूण पन्नास हजार जर्मन सैनिक कैद झाले, दहा हजार मृत झाले आणि चाळीस हजार पळून गेले. कोंडीत सापडलेल्या पंधरा तुकड्यांच्या पंधरा सेनापतींपैकी बारांनी पळ काढला. तिघे कैद

झाले; पाच वरिष्ठ अधिकाऱ्यांपैकी चार निसटले, एक दोस्तांच्या हातास लागला.

जर्मन फौजांची ती एक अत्यंत दारुण अशी शोकान्तिका आहे. केवळ एका लहरी आणि क्रूर हुकूमशहाच्या इच्छेसाठी हजारो सैनिकांना बलिदान करावे लागले. हिटलरने जर त्या सैन्याला माघार घेण्याचा हुकूम दिला असता तर त्यांची अशी दैना उडाली नसती.

मोर्ता फालेजच्या लढाईत जर्मन फौजांचा धुव्वा उडाल्याने अमेरिकन फौजांचा पॅरिसवर चाल करून जाण्याचा मार्ग मोकळा झाला.

पॅरिसची मुक्तता

मोर्ता फालेजच्या लढाईत जर्मन फौजांचा पराभव होऊन दोस्त फौजा पॅरिसवर चाल करून येत असल्याची वार्ता जेव्हा पॅरिस शहरात येऊन थडकली, तेव्हा जर्मनांकित फ्रेंच नागरिकांच्या आनंदाला एकदम उधाण आले! पण तो आनंद त्यांना उघडपणे व्यक्त करता येत नव्हता. त्यांचे राज्यकर्ते जर्मन होते व त्यांच्यावर त्यांची गरुडनजर होती; पण जे तीन हजार फ्रेंच पोलीस पॅरिसच्या अंतर्गत स्वास्थ्याचे रक्षण करीत होते, त्यांनी मात्र जर्मनांविरुद्ध बंड पुकारले. जर्मनांनी त्यांना अगदी गुलामाप्रमाणे वागविले होते. त्याचा सूड उगविण्याची ते वाटच पाहत होते. ता. २० ऑगस्टच्या रात्री त्यांनी पॅरिस शहराचा जवळ जवळ कबजा घेतला. जर्मन अधिकारी त्यांना चुचकारून शांत ठेवण्याचा प्रयत्न करीत होते; पण ते बंड शमण्याची चिन्हे दिसेनात. तेव्हा पॅरिसमधल्या जर्मन शिबंदीने ते मोडून काढण्याचे ठरविले; कारण हिटलरने त्यांना पॅरिस लढविण्याचा हुकूम धाडला होता; परंतु दोस्त फौजा पॅरिसच्या इतक्या नजीक येऊन पोहोचल्या होत्या की, त्यांच्याशी लढावे की बंडवाल्यांशी लढावे हे जर्मन शिबंदीच्या सेनापतीला कळेना. शेवटी त्याने बंडवाल्यांशी वाटाघाटी सुरू केल्या. जर्मन अधिकाऱ्यांनी पॅरिस शहर बंडवाल्यांच्या ताब्यात द्यावे व त्याच्या बदली बंडवाल्यांनी जर्मन शिबंदीला पॅरिसबाहेर सुखरूप जाऊ द्यावे असे ठरले. तो तह ता. २३ ऑगस्टपर्यंत अमलात राहायचा होता; पण बंडवाल्यांच्या म्होरक्यांचा त्यांच्या शिपायांवर वचक राहिला नाही. दुसरी गोष्ट त्यांच्या हातात किती क्षेत्र असावे, तेही तहाच्या करारात नमूद करण्यात आले नव्हते.

त्यामुळे उभय पक्षांमध्ये चकमकी सुरू झाल्या. ते बंड जर्मन सैन्याने मोडून काढले असते; परंतु बंडवाल्यांनी दोस्त फौजांशी संधान साधल्याचा सुगावा त्यांना लागला. ता. २२ ऑगस्टला अमेरिकन सेनापती जनरल पॅटन यांनी आपल्या हाताखालच्या सैन्याला पॅरिस शहरात घुसण्याची आज्ञा दिली. जर्मन शिबंदीने त्यांचा दोन दिवस प्रतिकार केला; पण ता. २४ला दोस्त फौजा पॅरिस शहरात घुसल्या. जर्मन सैन्य पॅरिसच्या रस्त्यातदेखील दोस्तांशी लढले; पण आता प्रतिकार व्यर्थ होता, म्हणून जर्मन सेनापती चॉल्‌टिझ हा आपल्या सैन्यासह दोस्तांना शरण गेला.

त्या रात्री पॅरिसच्या नागरिकांनी विजयोत्सव साजरा केला. चार वर्षांच्या जर्मन दास्यानंतर ते पुन्हा स्वतंत्र झाले होते व त्याबरोबरच दोस्तांनी फ्रान्सची लढाईही जिंकली होती.

❖

१५.

बर्लिनचा पाडाव

जनरल डिट्रिच आणि जनरल ब्लुमेंट्रिट या आघाडीवर लढलेल्या दोन जर्मन सेनापतींचे म्हणणे आहे की, नॉर्मंडीच्या लढाईत जवळजवळ अडीच लक्ष जर्मन सैनिक ठार, जखमी, बेपत्ता आणि युद्धकैदी बनले. तेवीसशे रणगाडे आणि चिलखती गाड्या नष्ट झाल्या. अवघे शंभर ते एकशेवीस रणगाडे जर्मन सैनिक सेन नदीपार नेऊ शकले. त्याशिवाय सहस्त्रावधी मालमोटारी, मोटारी आणि इतर प्रकारची वाहने नष्ट झाली अथवा दोस्तांच्या हातात पडली.

ता. २९ ऑगस्टला नॉर्मंडीच्या लढाईत बचावलेल्या सैन्याला सेन

नदीपार केल्यावर फील्ड मार्शल मोडेल यांनी हिटलरला पुढील अहवाल सादर केला : 'पायदळाच्या सोळा तुकड्यांनी सेन नदी ओलांडली. त्या तुकड्यांतील सैनिकांच्या नवीन चार तुकड्या बनविता येतील; परंतु त्यांना हत्यारे कुठली द्यायची हा प्रश्न आहे. त्या सैन्याला त्याची सर्व भारी युद्धसामग्री मागे टाकून पळ काढावा लागला. तूर्त त्यांच्यापाशी बारकी हत्यारे तेवढी आहेत... चढाईच्या तोफा, टँकविरोधी तोफा, काही काही शिल्लक नाही.'

मोडेलनी हिटलरपाशी तीस ते पस्तीस तुकड्यांची मागणी केली. त्या तुकड्या मिळाल्या तरच आपणास दोस्तांची चढाई थोपवून धरता येईल, असे त्यांनी हिटलरला स्पष्ट कळविले; पण एवढी प्रचंड फौज हिटलर तरी अल्प मुदतीत कशी तयार करणार होता?

फील्ड मार्शल मोडेल हे एक निष्णात डावपेची सेनापती होते. ते बचावाची लढाई उत्कृष्ट खेळत असत. त्यांचे युद्धतंत्र इतर 'कर्मठ' सेनापतींच्या तंत्राहून वेगळे होते आणि ते जन्मानेही खानदानी जर्मन सेनाधिकाऱ्यांहून वेगळे होते. त्यांचा जन्म एका सामान्य कुटुंबात झाला होता. हिटलरच्या सैन्यातील बहुतेक सर्व वरिष्ठ सेनाधिकारी प्रशियन खानदानी घराण्यांतील होते. त्यामुळे ते मोडेलशी वेगळ्या रीतीने वागत असत; पण हिटलरने मोडेलना भराभर बढती देऊन अल्पावधीत फील्ड मार्शलच्या पदापर्यंत पोहोचविले होते. हिटलर स्वत: सामान्य कुलातील असल्याने खानदानी लष्करी अधिकाऱ्यांची त्याला भीती वाटत असे. म्हणून मोडेलसारख्या सामान्य कुळातील हुशार अधिकाऱ्यांकडे त्याचे लक्ष असे. त्यांना तो बढती देऊन पुढे आणी.

मोडेल महत्त्वाकांक्षी होते, पण त्याचबरोबर बेमुर्वतखोरही होते. ते कुणाचाच मुलाहिजा बाळगीत नसत– हिटलरचादेखील. आपणाला पटत नसेल ते कधीच ते करीत नसत. इतर अधिकारी एखादी योजना अमलात आणायची झाल्यास प्रथम हिटलरचा सल्ला घेत, मंजुरी घेत; पण मोडेल ती योजना अमलात आणून नंतरच हिटलरची मंजुरी घेत असत. हिटलरच्या कृपेने ते वरिष्ठ पदास चढले; पण हिटलरची त्यांनी कधीच हांजी हांजी केली नाही. त्यांच्यामध्ये साहस आणि नेतेपद भूषविण्याचे गुण हिटलरला आढळून आले होते, म्हणूनच त्याने त्यांना मार्शलपद बहाल केले होते. इतर अधिकाऱ्यांच्या अहवालांना हिटलरकडे

जाण्यापूर्वी पूर्वतपासणी अधिकाऱ्यांची कात्री लागत असे. मोडेलना जेव्हा ते समजले तेव्हा त्यांनी लखोट्यावर शेरा मारला, 'हा अहवाल जशाचा तसा फ्युररना सादर केला जावा.' मोडेल आडदांड होते खरे, परंतु त्यांच्या सैन्यात ते फार लोकप्रिय होते. अशी लोकप्रियता अन्य कुठल्याच वरिष्ठ सेनाधिकाऱ्याला जर्मन सैन्यात प्राप्त झाली नाही.

रशियन चढाई

ऑगस्टच्या मध्यापासून रशियन फौजांनी पूर्व आघाडीवर चढाई सुरू केली आणि त्या बाल्टिक राष्ट्रे जिंकून प्रशियाच्या हद्दीवर येऊन पोहोचल्या. रशियन चढाई सुरू झाली तेव्हा हिटलरला त्याच्या सेनाधिकाऱ्यांनी सल्ला दिला की, जर्मन फौजांनी बाल्टिक राष्ट्रे खाली करून फळी आखूड करावी. तसे झाले असते तर त्या राष्ट्रातील तीस ते पस्तीस तुकड्या इतर ठिकाणी पाठविता आल्या असत्या; पण हिटलरला तो सल्ला पटला नाही आणि त्या घोडचुकीमुळे किंवा हट्टामुळे रशियन फौजांना पोलंडमध्ये व्हिस्तुला नदीपर्यंत प्रगती करणे शक्य झाले. बाल्टिक प्रदेशात जर्मनांच्या पन्नास तुकड्या होत्या. त्या तुकड्या जर पोलंडमध्ये आणल्या गेल्या असत्या, तर तिथली जर्मन फळी भक्कम झाली असती. दुसरी गोष्ट, जर्मन फौजांचा बराच मोठा भाग उत्तर युरोपात गुंतून पडल्यामुळे पोलंडमध्ये त्यांना राखीव फौजांची कमतरता पडली होती. ही गोष्ट रशियन फौजांच्या चांगल्याच पथ्यावर पडली. त्या भागात तीनशे मैलांच्या आघाडीवर जर्मनांच्या अवघ्या सत्तावीस आणि रुमानियाच्या वीस तुकड्या होत्या. तशात रुमानियन सैन्य तर वेठीस धरून आणलेले होते. ते मन लावून रशियनांशी लढत नव्हते. त्यामुळे ता. २० ऑगस्टला रशियन फौजांनी रुमानियन फौजांचा दारुण पराभव केला.

रुमानियाचा राजा मायकेल हा त्या घटनेची वाटच पाहत होता. त्याने रुमानियाचा हुकूमशहा आंतुनेस्कु याला कैद करून त्याचे मंत्रिमंडळ बरखास्त केले व लगेच युद्धतहकुबीची घोषणा केली. ते कारस्थान पुष्कळ दिवसांपासून शिजत होते. राजा मायकेलच्या हस्तकांनी दोस्तांशी संधान साधून तो बनाव घडवून आणला होता. हिटलरला त्या कटाचा शेवटपर्यंत सुगावा लागला नाही. रुमानियाने युद्धबंदी करून दोस्तांशी

व रशियाशी तहाच्या वाटाघाटी सुरू केल्याने जर्मनांची युद्धफळी कोलमडून पडली. त्याचा फायदा रशियन फौजांनी ताबडतोब घेतला. जनरल मालिनोव्हस्कीच्या फौजांनी धडक मारून रुमानियातील प्लोएस्टी येथील तेलाच्या खाणी हस्तगत केल्या. त्या खाणी उद्ध्वस्त करण्याची देखील जर्मनांना सवड मिळाली नाही. ता. ३१ ऑगस्टला रशियन फौजा रुमानियाची राजधानी बुखारेस्ट या शहरात घुसल्या व दुसऱ्याच दिवशी त्यांनी बल्गेरियाची हद्द गाठली. बल्गेरियाने तत्पूर्वीच युद्धातून अंग काढून घेतले होते.

इकडे फिनलंडनेही रुमानियाच्या व बल्गेरियाच्या पावलांवर पाऊल टाकून ता. २ सप्टेंबरला युद्धतहकुबीची घोषणा केली. अशा रीतीने दोन आठवड्यांच्या आत हिटलरचे तीन दोस्त त्याला सोडून गेले. त्याच्या दोन सेनांचा धुव्वा उडाला. महत्त्वाच्या तेलाच्या खाणी रशियनांच्या हातात पडल्या व त्यांनी युगोस्लाव्हियाच्या हद्दीपर्यंत धडक मारून सखल डॅन्यूब नदीवरही ताबा मिळविला.

रुमानियाचा तह आणि तीनचतुर्थांश तुकड्यांची हानी यामुळे हिटलरला आग्नेय युरोपात नवी फळी उभारणे शक्य झाले नाही. ऑगस्टअखेर त्याने ग्रीस आणि युगोस्लाव्हियातील फौजा काढून घेण्याचा हुकूम सोडला; परंतु ग्रीक आणि युगोस्लाव्ह गनिमांनी त्यांच्या फौजांवर छुपे हल्ले चढवून त्यांना माघार घेणे अशक्य करून टाकले. त्यातच दोस्त विमानेही त्यांना झोडपीत होती. नऊ महिन्यांपूर्वी चौदाशे मैलांच्या आघाडीवर जर्मनांच्या दोनशे आणि त्यांच्या गट्टी राष्ट्रांच्या सोळा तुकड्या लढत होत्या. आता हिटलरला इटली व पोलंडमधून फौजा आणाव्या लागल्या; कारण त्याच्यापाशी राखीव फौजा अजिबात नव्हत्या. त्याच्या नवीन फळीवर आता एकशेसाठ जर्मन आणि अठरा हंगेरियन तुकड्या होत्या. त्या तुकड्यांनिशी तो रशियन फौजांचा लोंढा थोपवून धरू पाहत होता. अशा लष्करटंचाईमुळे हिटलरला पश्चिम आघाडीवर मार्शल मोडेलना सैन्य पाठविता आले नाही. चाळीस तुकड्यांपैकी एक तुकडीदेखील पाठविता आली नाही!

हिटलरने मार्शल व्हॉन क्लुगना पदभ्रष्ट केले, तेव्हा त्याने त्यांना जर्मनीला येण्याचा हुकूम केला होता. त्या हुकुमाप्रमाणे व्हॉन क्लुग मोटारीने जर्मनीस निघाले असता मेट्स या गावी निधन पावले. मेंदूत

रक्तस्राव होऊन ते निधन पावले असे डॉक्टरांनी निदान केले. हिटलरने त्यांचा दफनविधी राष्ट्रीय स्वरूपात पार पाडण्याचा हुकूम काढला; पण अकस्मात त्याच्या हातात व्हॉन क्लुगचे १८ ऑगस्टचे पत्र पडले. ते पत्र असे :

> 'फ्यूररच्या सेवेशी,
>
> ज्या वेळी हे पत्र आपल्या हातात पडेल त्या वेळी मी या जगातून निघून गेलेला असेन. माझे हजारो सहकारी जिकडे गेले आहेत तिकडे मी जात आहे.'
>
> त्यानंतर क्लुगनी मोर्ता फालेजच्या जर्मन चढाईच्या अपयशाचा आढावा घेऊन पश्चिम आघाडीवरील जर्मन फौजांची स्थिती का शोचनीय झाली त्याची कारणे दिली आहेत :
>
> 'फील्ड मार्शल मोडेल यशस्वी होतील की नाही ते मी सांगू शकत नाही. ते यशस्वी व्हावेत अशी माझी इच्छा आहे आणि तसे जर झाले नसेल, तर माझी आपणापाशी विनंती आहे की, आपण युद्धविराम करावा. जर्मन जनतेने भयंकर हालअपेष्टा भोगल्या आहेत. तिला आणखी हालअपेष्टा भोगू देणे श्रेयस्कर नाही. शिवाय जर्मनी बोल्शेविकांच्या टाचांखाली चिरडला जाऊ नये म्हणून दक्षता घेणेही आवश्यक आहे. ती खबरदारी घेण्याची वेळ आजच आली आहे.'

प्रस्तुत पत्रावरून क्लुगनी आत्महत्या केल्याचे सिद्ध होते. हिटलरने ते पत्र हाती पडून वाचताक्षणी क्लुगच्या राष्ट्रीय दफनविधीचा कार्यक्रम रद्द केला; पण त्याने त्यांच्या आत्महत्येचा संबंध २० एप्रिलच्या कटाशी जोडला. तो कट हिटलरला ठार मारण्यासाठी झाला होता व बरेच वरिष्ठ अधिकारी त्या कटात सामील झाले होते. क्लुगच्या मृत्यूनंतर हिटलर जनरल वेस्ट फास्ट व जनरल क्रेब्स या दोघा लष्करी अधिकाऱ्यांना म्हणाला की, क्लुग जर जर्मनीत आले असते तर त्यांना अटक झाली असती, म्हणून त्यांनी आत्महत्या केली. तो पुढे असेही म्हणाला की, क्लुगनी आपल्या फौजेसह दोस्तांना शरण जाण्याचे कारस्थान रचले होते.

आर्देन्सची लढाई

फील्ड मार्शल मोडेल यांनी आर्देन्स भागात डिसेंबरच्या मध्यावर दोस्तांशी लढा देण्याचा बेत केला. त्या वेळी त्या भागातील अमेरिकन सेनापती ओमर ब्रॅडले यांच्या सैन्याची दोनशे मैल आघाडीवरील रचना पुढीलप्रमाणे होती : आर्देन्सच्या उत्तरेस गेईलकरशन आणि मॉनशाऊ यांमधील चाळीस मैलांच्या फळीवर सोळा तुकड्या. आर्देन्सच्या दक्षिणेस साठ मैलांच्या आघाडीवर दहा तुकड्या (ही आघाडी सार प्रांताच्या सीमेवर होती.) आणि आर्देन्सच्या आजूबाजूस पाच तुकड्या. एकूण ब्रॅडलेच्या हाताखाली एकतीस तुकड्या होत्या. तो सगळा प्रदेश डोंगराळ असून त्यात जंगले खूपच होती. तसेच त्या भागात सडकाही चांगल्या नव्हत्या. मोडेलना त्या प्रदेशातील अडचणींची जाणीव होती व म्हणूनच त्यांनी लढाईसाठी त्या प्रदेशाची निवड केली होती. ता. १६ डिसेंबरला पहाटे सोळा जर्मन तुकड्या अमेरिकन फळीच्या रोखाने पुढे सरकू लागल्या. त्या तुकड्यांपाशी दोन हजार तोफा होत्या. त्यांनी अमेरिकन फळीवर आग ओकण्यास सुरुवात केली. अमेरिकन फौजांनी जर्मनांचा मोठ्या शौर्याने प्रतिकार केला; पण त्यांना माघार घ्यावी लागली. जर्मन चढाईची वार्ता व्हर्सायला कळविण्यात आली. तेथे आयसेनहॉवर आणि ब्रॅडले यांचे जर्मनीवरील चढाईविषयी खलबत चालले होते. अमेरिकन फौजा माघार घेताहेत असे कळताच ब्रॅडलेंनी यत्किंचितही वेळ न लावता आपल्या राखीव तुकड्यांतील दोन यांत्रिक तुकड्या आघाडीवर रवाना केल्या; पण त्या तुकड्याही जर्मनांची चढाई थोपवून धरू शकल्या नाहीत. ता. १९ डिसेंबरला मोठी आणीबाणीची स्थिती निर्माण झाली. ते पाहताच आयसेनहॉवरनी अमेरिकन सेनेचे आधिपत्य मार्शल माँटगोमेरी यांच्याकडे सुपूर्द केले. हा बदल अमेरिकन अधिकाऱ्यांना अर्थात मान्य नव्हता. त्याचे कारण असे की, माँटगोमेरींनी नॉर्मंडीची लढाई जिंकल्याने त्यांचा सर्वत्र बोलबाला झाला होता, त्यामुळे अमेरिकन सेनाधिकाऱ्यांना त्यांचा मत्सर वाटत होता आणि पॅरिसच्या विजयानंतर तर अमेरिकनांनी माँटगोमेरींचे आधिपत्य झुगारून देऊन लढाईची सूत्रे स्वतःच हलविण्यास सुरुवात केली होती. त्याचा परिणाम म्हणजेच आर्देन्स भागातील त्यांची पीछेहाट होती; पण आयसेनहॉवर हे सरसेनापती

असल्याने त्यांना कुठल्याही आघाडीवर कुठल्याही सेनापतीची नेमणूक करता येत होती. त्यांनी अमेरिकन अधिकाऱ्यांच्या विरोधास न जुमानता आर्देन्स भागात माँटगोमेरींची नेमणूक केली. ता. २० डिसेंबरला माँटगोमेरी आपल्या नवीन कामगिरीवर रुजू झाले. त्यांना अमेरिकन फळीची सर्वत्र मोडतोड झाल्याचे दिसून आले. जर्मनांकडून लिएज शहरास धोका निर्माण झाला होता. माँटगोमेरींनी अमेरिकन सैन्यास म्यॅज नदीवर माघार घेण्यास लावून तेथे नवीन फळी उभारली. मोडेलनी नाताळच्या दिवशी सूर्योदयाच्या सुमारास तोफा डागून चढाईस सुरुवात केली. जर्मन फौजांनी अमेरिकन फळीत तीन मैलांची पाचर ठोकली. नंतर आणखी एके ठिकाणी रणगाडे व पायदळ यांच्या साह्याने अमेरिकन फळीस खिंडार पाडले; पण त्या ठिकाणी अमेरिकन फौजांनी जर्मनांवर असा काही भडिमार केला की, त्या हल्ल्यात भाग घेणारे सर्वच्या सर्व जर्मन सैन्य गारद झाले. तो अमेरिकन तोफांचा भडिमार गनिमी होता. जर्मन फौजांना शेवटच्या क्षणापर्यंत त्या तोफांचा सुगावा लागला नव्हता. त्या पराभवाने जर्मन फौजांचे धैर्य पार खचून गेले. त्याच वेळी ताज्या दमाच्या अमेरिकन फौजा फळीच्या दोन्ही टोकांवरून पुढे सरकल्या व त्यांनी जर्मन फौजांना कोंडीत पकडले. माँटगोमेरींचा तो डावही जर्मनांच्या ध्यानी आला नाही. ती कोंडी फोडण्याची जर्मन फौजांनी शिकस्त केली. प्रत्येक जर्मन सैनिक जिवावर उदार होऊन लढला; परंतु अमेरिकनांनी त्यांची डाळ शिजू दिली नाही. त्यातच दुर्दैवाने जर्मनांचे इंधनही संपले. अखेर ता. २७ डिसेंबरला त्यांनी शरणागती स्वीकारली.

अशा रीतीने फील्ड मार्शल माँटगोमेरी यांनी पुन्हा एकदा एक मोठा चमत्कार करून दाखविला. त्यांनी पराभवाचे रूपांतर विजयामध्ये केले. नाताळचा सण बेल्जियममध्ये साजरा करण्याचा जर्मनांचा बेत होता; पण त्यांचा तो बेत मनातच राहिला. तदनंतर जर्मन फौजांनी दोस्तांवर १६ जानेवारी, १९४५पर्यंत प्रतिहल्ले चढविले. जर्मनीचा अंतर्गत स्वास्थ्यमंत्री हिमलर यानेदेखील त्या प्रतिहल्ल्यात भाग घेतला; कारण तो ऱ्हाईनच्या फौजांचा सेनापती होता. त्याच्याप्रमाणेच आणखीही काही वरिष्ठ नाझी पुढाऱ्यांनी जर्मन फौजांना चेव आणण्यासाठी लढाईत भाग घेतला; पण त्याचा काही उपयोग झाला नाही.

आर्देन्सची लढाई फील्ड मार्शल मॉंटगोमेरी यांनी जिंकली. त्यांचे लष्करी डावपेच वॉटर्लूच्या लढाईचा विजेता ड्यूक ऑफ वेलिंग्टन यांच्यासारखे होते. जर्मन आणि अमेरिकन सामर्थ्याची त्यांना कल्पना होती व त्याप्रमाणे ते डाव टाकीत होते. वेलिंग्टनप्रमाणे ते धोरणी आणि थंड प्रकृतीचे होते. त्यांचे मन कधीच विचलित होत नसे. पराभवाच्या वेळीदेखील ते शांत असत. आयसेनहॉवर सोडल्यास एकाही अमेरिकन अधिकाऱ्याला मॉंटगोमेरींचे युद्धतंत्र आकलन झाले नाही व त्यामुळे त्यांच्यामध्ये आणि मॉंटगोमेरी यांच्यामध्ये वारंवार मतभेदाचे आणि गैरसमजुतीचे प्रसंग उद्‌भवले; पण जनरल आयसेनहॉवर हे युरोपातील दोस्त फौजांचे सरसेनापती असल्याने अमेरिकन अधिकाऱ्यांना मॉंटगोमेरींचे हुकूम पाळावे लागले.

आर्देन्सच्या पराभवाचे परिणाम

जर्मन फौजांच्या आर्देन्समधील पराभवाची प्रतिक्रिया पूर्वआघाडीवर झाल्यावाचून राहिली नाही. हिटलरच्या घोडचुकांचा फायदा अँग्लो अमेरिकनांपेक्षा रशियनांनीच जास्त घेतला.

१९४४च्या ऑक्टोबरमध्ये रशियन फौजांनी विशेष प्रगती केली नव्हती; कारण शुभ्र रशिया आणि युक्रेन यामधील उद्‌ध्वस्त झालेले लोहमार्ग दुरुस्त केल्यावाचून त्यांना भरपूर साहित्याचा पुरवठा होणे शक्य नव्हते. दुसरी गोष्ट, स्टालिनला पोलंडमध्ये चढाई करण्याची घाई नव्हती. तो तूर्त बाल्कनमध्ये जिंकलेल्या प्रदेशाची व्यवस्था लावण्यात गुंतला होता. तथापि, नोव्हेंबर महिन्यात हंगेरीतील जर्मन फौजांनी मार्शल मालिनोव्हस्कीला बुडापेस्टमधून हाकलून लावण्याची हालचाल करताच मार्शल टाल्बुखिनीच्या फौजांनी युगोस्लाव्हियातून बुडापेस्टच्या रोखाने चाल केली. त्याने बुडापेस्ट शहराला वेढा घातला व ते शहर पडण्यापूर्वीच हंगेरीचे हंगामी सरकार स्थापन केले. त्या रात्री पूर्वेकडील जर्मन फौजांचे सेनापती मार्शल गुडेरियन यांनी हिटलरला भावी संकटाचा इशारा देणारे पत्र धाडले. आर्देन्समधील लढाई थांबवून तेथील पांझर तुकड्या पूर्व आघाडीवर पाठविण्याची त्यांनी हिटलरला विनंती केली; कारण उत्तर सिलेशिया रशियन फौजांच्या हातात पडला तर पूर्व जर्मनीतील कारखानदारीला धोका पोहोचणार होता; पण हिटलरने

गुडेरियनची मागणी फेटाळून लावली. त्याला हंगेरीत वेढ्यात सापडलेल्या दीड लक्ष जर्मन फौजांची अधिक काळजी लागली होती. त्याने गुडेरियनना न कळविता पोलंडमधील एक पांझर तुकडी हंगेरीत पाठवून दिली.

हिटलरपाशी १९४५मध्ये सत्तर लक्ष सैन्य होते. १९४०पेक्षा ते सैन्य दुप्पट होते खरे; परंतु सर्वत्र विखुरले गेलेले असल्याने कोणत्याही एका शत्रूशी मोठ्या सैन्यानिशी सामना देण्यास त्या प्रचंड लष्कराचा हिटलरला उपयोग झाला नाही. त्याने जर त्याच्या सेनाधिकाऱ्यांचा सल्ला मानून उत्तर युरोपातील पन्नास तुकड्या काढून घेतल्या असत्या, तर त्या सैन्याच्या बळावर तो दोन्ही आघाड्यांवर परिणामकारक लढा देऊ शकला असता; पण त्याच्या दुर्दैवाने ती बुद्धी त्याला झाली नाही. त्याने आपले सारे लक्ष आपल्या अग्निबाणांवर केंद्रित केले होते. तसेच त्याच्या नाविक खात्याने १९४५च्या जानेवारीत ज्या विजेच्या पाणबुड्या बांधल्या होत्या त्यांच्यावरही त्याची मोठी भिस्त होती. त्या दोन्हीच्या साह्याने दोस्तांना जेरीस आणण्याचे मनसुबे तो मनात रचीत होता.

ता. १२ जानेवारीस रशियन फौजांनी दक्षिण पोलंडमधील बर्फाने गोठलेल्या प्रदेशातून चढाई सुरू केली. तिथली जर्मन फळी कमकुवत होती व जर्मनांना कुमक मिळण्याचीही आशा नव्हती. त्यामुळे त्या फळीचा सहज भेद करणे रशियन फौजांना शक्य झाले. त्या चढाईत एकशेऐंशी तुकड्यांनी भाग घेतला. रशियन मनुष्यबळ जर्मन मनुष्यबळाहून सहा पटींनी अधिक होते.

रशियन फौजांनी फळी फोडल्याचे कळताच हिटलरने आपले केंद्र-छावणी फ्रँकफुर्टहून बर्लिनमध्ये हलविली; कारण फ्रँकफुर्ट रशियन फौजांच्या हातात कधी पडेल त्याचा नेम नव्हता. तदनंतर मात्र हिटलरने आपला तळ बर्लिनहून दुसरीकडे हलविला नाही. बर्लिन शहर दोस्तांच्या बॉम्बहल्ल्यांनी पार उद्ध्वस्त होऊन गेले होते. तरीही हिटलर तिथेच राहिला.

रशियन चढाईत भाग घेणारे सैन्य ताज्या दमाचे असल्याने आणि त्याला वरचेवर कुमक मिळत असल्याने थकलेल्या जर्मन सैन्याचा त्या सैन्यासमोर निभाव लागला नाही. फील्ड मार्शल झुकॉवने व्हिस्तुला नदी ओलांडून वॉर्सा शहर अलग पाडले. ता. १७ जानेवारीस त्याने वॉर्सावर पिछाडीच्या बाजूने हल्ला करून ते काबीज केले. तिकडे उत्तरेस मार्शल

रॉकोसोव्हस्की नाऱ्यु भागातील जर्मन फळी फोडून डांटझिगच्या उपसागरात आला. अवघ्या एकाच आठवड्यात रशियन चिलखताने जर्मन फौजांची दाणादाण उडवून दिली. फील्ड मार्शल गुडेरियन रशियन फौजांना कुठेच थोपवून धरू शकले नाहीत. जर्मनांच्या दृष्टीने दुर्दैवाची गोष्ट ही की, त्याच वेळी जर्मन पांझर तुकड्यांचे इंधनही संपले.

रशियन फौजा विद्युत्‌गतीने पुढे सरकू लागल्याने जर्मन फौजा भराभर ठाणी सोडून देऊ लागल्या. रशियन यंत्रदलाचा रूळ जर्मनांचा प्रतिकार चिरडून टाकून पुढे सरकत चालला होता. आता रशियन फौजांनी खुद्द जर्मनीत प्रवेश केला. उत्तरेस मार्शल रॉकोसोव्हस्कीने पूर्व प्रशियाची हद्द ओलांडली, तर मार्शल कोनिव्हने अप्पर सिलेशियात शिरून ब्रेस्लाव शहर काबीज केले. त्या भागात जर्मनीच्या कोळशाच्या खाणी होत्या. अँग्लो-अमेरिकन विमानांना तेथपर्यंत उड्डाण करणे अशक्य झाल्याने तो टापू अद्याप शाबूत होता. असा हा महत्त्वाचा औद्योगिक प्रदेश रशियन फौजांच्या हाती पडणे म्हणजे हिटलरच्या युद्धयंत्रावर प्राणांतिक टोलाच होता. सिलेशियातील दगडी कोळसा बंद झाल्याने जर्मन रेल्वेची वाहतूक बंद पडणार होती. तो भाग अँग्लो-अमेरिकन बॉम्बहल्ल्यांपासून सुरक्षित आहे म्हणून हिटलरने तेथे 'सिंथेटिक' तेलाच्या तीन रिफायनरी सुरू केल्या होत्या.

अशा रीतीने रशियन फौजांची दौड सगळीकडे सारखी चालू होती. तिला कुठेच खीळ पडेना. ता. २७ जानेवारीस झुकॉवच्या फौजा बर्लिनपासून शंभर मैलांवर येऊन ठेपल्या. त्या फौजा राजधानीच्या इतक्या जवळ येऊन पोहोचलेल्या पाहून नाझी नेत्यांच्या तोंडचे पाणीच पळाले. त्यांची धावपळ सुरू झाली. बर्लिनचा पाडाव म्हणजे त्यांचा मृत्यूच होता! त्यांना जगात कुठेच आश्रय मिळणे शक्य नव्हते. त्यांनी प्राणपणाने रशियनांचा प्रतिकार करण्याचे ठरविले. हिटलर पूर्वीच आघाडीवर रवाना झाला होता. त्याच्यामागोमाग गोबेल्सचे होमगार्ड दलही पूर्व आघाडीवर रवाना झाले. हिटलरला अशी आशा होती की, ज्या अर्थी रशियन फौजा जर्मनीमध्ये येऊन ठेपल्या आहेत त्या अर्थी अँग्लो-अमेरिकन नेते आपल्यापुढे तहाचा प्रस्ताव ठेवतील; कारण

रशियाने जर्मनी जिंकावा हे त्यांना नको आहे, अशी त्याची समजूत होती. त्या समजुतीप्रमाणे तो अँग्लो-अमेरिकनांच्या आदेशाची वाट पाहत होता. इतकेच नव्हे तर, ता. २७ जानेवारीस हिटलर-गोअरिंग आणि जोडल यांची जी बैठक झाली, तीत हिटलरने वरील अंदाज बोलून दाखविला होता; पण अँग्लो अमेरिकनांनी तहाचा प्रस्ताव हिटलरला सादर केला नाही तो नाहीच; इतकेच नव्हे तर, त्याच्या हस्तकांनी अँग्लो अमेरिकनांशी सुरू केलेल्या तहाच्या वाटाघाटीही त्यांनी फेटाळून लावल्या. त्यांनी हिटलरच्या हस्तकांना स्पष्टपणे बजावले की, अँग्लो अमेरिकन नेते रशिया सोडून हिटलरशी वेगळा तह करणार नाहीत. आणि ज्या वेळी हिटलर अँग्लो-अमेरिकनांकडून तहाच्या आदेशाची वाट पाहत होता त्या वेळी तीन बड्यांची क्रिमियामध्ये याल्टा येथे जर्मनीचे भवितव्य ठरविण्यासाठी परिषद भरत होती. त्या परिषदेत त्रिराष्ट्रांनी जर्मनीकडे बिनशर्त शरणागतीची मागणी केली.

हिटलरची उरलीसुरली आशा मावळली. त्याला आता शेवटपर्यंत लढण्याशिवाय गत्यंतर नव्हते. त्याने आतापर्यंत पूर्व आघाडीकडे जरा दुर्लक्षच केले होते; पण आता त्याला रशियन संकटाचे पूर्ण आकलन झाले व त्याने पश्चिम आघाडीवरील अर्ध्या अधिक पांझर तुकड्या पूर्व आघाडीवर हलविल्या. फेब्रुवारीच्या तिसऱ्या आठवड्यात पूर्व आघाडीवर सोळाशेपंचाहत्तर रणगाडे आणि चढाईच्या तोफा पाठविण्यात आल्या. दोस्तांच्या ऱ्हाईनलँडमधील चढाईस अजून सुरुवात झाली नसल्याने तोपर्यंत रशियन फौजांना ऑडर नदीवर आपण पायबंद घालू अशी हिटलरला आशा वाटत होती.

अँग्लो-अमेरिकनांची चढाई

आयसेनहॉवरच्या चढाईस ८ फेब्रुवारीस सुरुवात झाली. त्या चढाईची योजना पुढीलप्रमाणे होती : (१) माँटगोमेरींनी उत्तरेकडून चाल करायची. (२) जनरल ब्रॅड्लेंनी मेट्झ-फ्रँकफूर्ट रोखाने चाल करून बर्लिनमध्ये रशियनांशी हातमिळवणी करायची. या दोन्ही मुख्य मोहिमांना पुरून जे सैन्य उरेल (३) त्याच्यासह जनरल डेव्हर्सनी दक्षिण जर्मनीतून पुढे सरकायचे. प्रस्तुत चढाईत एकूण पंच्यांयशी तुकड्या लोटण्याचे ठरले होते. त्यांची विभागणी पुढीलप्रमाणे होती : पस्तीस उत्तरेच्या चढाईत;

पंचवीस दक्षिणेस; पंचवीस तुकड्यांचे नेतृत्व आयसेनहॉवर स्वत: करणार होते. त्या तुकड्यांपैकी दोनतृतीयांश तुकड्या अमेरिकन होत्या.

पश्चिम आघाडीवरील अर्ध्याअधिक पांझर तुकड्या हिटलरने पूर्व आघाडीवर हलविल्यामुळे पश्चिम आघाडी कमकुवत होणे साहजिक होते. पुन्हा रणगाड्यांचीही कुमक नव्हती. त्यामुळे त्या आघाडीला धडक मारून तिचा भेद करणे दोस्तांना शक्य झाले.

जर्मन फौजांनी माघार घ्यायची नाही, त्यांनी लढता लढता मरावे असा हिटलरचा त्यांना आदेश होता. त्या हुकमाप्रमाणे जर्मन सैनिकांनी पराक्रमाची अगदी शिकस्त केली. ते खरोखरच वाघासारखे लढले; पण त्यांचा विरोध आता व्यर्थ होता. ते दोन्ही बाजूंनी कैचीत सापडले होते आणि त्यातील एकही बाजू कमकुवत नव्हती. ता. १९ आणि २३ मार्चच्या रात्री पाचव्या अमेरिकन पायदळाच्या बिनीच्या पथकांनी ऱ्हाईन नदी ओलांडली व २३च्या रात्री त्यांनी ती वार्ता जाहीर केली.

ती वार्ता ऐकून हिटलर तर चकितच झाला. त्याने घाईघाईने आपल्या सेनाधिकाऱ्यांना अमेरिकन सैन्याला तोंड देण्यासाठी सैन्य आणि रणगाडे पाठविण्याचा हुकूम केला; पण एकही तुकडी शिल्लक नव्हती आणि रणगाडेही नव्हते. एका कारखान्यात पाच रणगाडे दुरुस्त होत होते, ते दुसऱ्या दिवशी तयार होतील असे एका अधिकाऱ्याने हिटलरला सांगितले. केवढा हा दैवदुर्विलास! हिटलरच्या ज्या चिलखताने (Wehrmacht) एकदा सर्व युरोपला चळचळा कापावसाय लावले त्याची अशी शोचनीय अवस्था व्हावी! सगळे रथी-महारथी पश्चिम आघाडीवर अपयशी झाल्याने हिटलरने अखेर इटालीतील सेनापती फील्ड मार्शल केसरलिंग यांची पश्चिम आघाडीवर नेमणूक केली होती. ता. १० मार्चला ते आपल्या जागेवर रुजू झाले होते; पण त्यांचीही पहिल्यासारखीच स्थिती झाली. रामाजेनच्या लढाईत त्यांना पराभव स्वीकारावा लागला. ता. २३ मार्चपर्यंत त्यांचे दोन लक्ष त्र्याण्णव हजार सैनिक कैद आणि साठ हजार ठार वा जखमी झाले.

फील्ड मार्शल मोडेल यांनी दोस्तांना सतरा दिवस कडवा प्रतिकार केला; पण त्यांचाही निभाव लागला नाही. त्यांचे सैन्य कोंडीत सापडले होते व दोस्त विमाने बॉम्बहल्ले चढवून त्यांचा नि:पात करीत होती. ते दृश्य मोडेलना असह्य झाले. शेवटी आपल्या सैन्याचा संहार टाळण्यासाठी

त्या शूर सेनापतीने आत्महत्या केली.

मोडेलच्या मृत्यूनंतर तीन लक्ष पंचवीस हजार सैन्य दोस्तांना शरण गेले. स्टालिनग्राडच्या पराभवाहून हा पराभव मोठा होता. मोडेलच्या सैन्याने शरणागती पत्करल्याने जर्मन फळी मोडकळीस आली. ता. २१ एप्रिलला जनरल ब्रॅडले यांच्या सेनेने एल्ब नदी ओलांडली. त्यांचे सैन्य बर्लिनपासून अवघे त्रेपन्न मैलांवर आले होते. याल्टा कराराप्रमाणे अँग्लो-अमेरिकनांना एल्ब नदीच्यापुढे आक्रमण करता येत नव्हते. तो प्रदेश रशियन विभागात मोडत होता. त्यांना तेथेच थांबावे लागले.

ता. १४ एप्रिलला प्रे. रुझवेल्ट यांचे अचानक निधन झाले. त्यांच्या जागी उपाध्यक्ष ट्रुमन यांची अध्यक्ष म्हणून नेमणूक झाली.

ता. १६ एप्रिलला रशियन फौजांनी ऑडर नदीवरील जर्मन फळी फोडून पुढे चाल केली. पाचव्या दिवशी त्यांनी बर्लिनच्या परिसरात प्रवेश केला.

ता. २० एप्रिलला हिटलरचा छप्पन्नावा वाढदिवस होता. त्याच्या मित्रांनी आणि चाहत्यांनी सिमेंट-काँक्रिटच्या निवाऱ्यात जाऊन त्याची भेट घेतली. त्या वेळी हिटलर त्यांना म्हणाला की, बर्लिनमध्ये रशियनांचा सर्वांत मोठा पराभव होणार आहे. हिटलरचा भविष्यावर गाढा विश्वास होता. त्याने युद्धास सुरुवात केली, तेव्हा तो विजयी होणार असल्याचे भाकित त्याच्या ज्योतिषांनी केले होते. त्याचप्रमाणे पराभवाचे आणि तदनंतर पुन्हा त्याचा विजय होणार असल्याचेही भाकित त्या ज्योतिषांनी केले होते. ते भविष्य खरे ठरलेले पाहून हिटलरला वाटत होते की, बर्लिनच्या लढाईत रशियन फौजांचा खरोखरच पराभव होणार आहे आणि म्हणून तो बर्लिनच्या लढाईचे नेतृत्व स्वतः करीत होता.

हिटलरला दुसऱ्याच दिवशी बातमी कळली की, रशियन आणि अँग्लो- अमेरिकन फौजांची ड्रेस्डेन शहरात हातमिळवणी होणार आहे. तसे झाले तर त्या दोन्ही फौजांची चकमक उडाल्याशिवाय राहणार नाही असे हिटलरला वाटले व ती चकमक शक्य तितक्या लवकर व्हावी म्हणून त्याने तिथल्या जर्मन फौजांना तिथून बाहेर पडून बर्लिनमध्ये गोळा होण्याचा हुकूम सोडला; पण दुसऱ्या दिवशी ड्रेस्डेन शहरात अँग्लो अमेरिकन आणि रशियन फौजांमध्ये चकमक उडाल्याची बातमी प्रसिद्ध होण्याऐवजी, रशियन तोफांचे गोळे बर्लिन शहरात पडण्यास

सुरुवात झाली, तेव्हा हिटलरला भयंकर धक्का बसला. त्यातच बर्लिनच्या दक्षिणेस जर्मन फौजांचा प्रतिहल्ला अयशस्वी झाल्याच्या बातमीची भर पडली.

हिटलरने प्रथम बर्चटेसगाडनला जाण्याचा निर्णय घेतला; पण मग तो निर्णय फिरवून त्याने बर्लिनमध्येच राहून लढाईची सूत्रे हलविण्याचे ठरविले. बर्लिनची लढाई जर्मन फौजा हरल्यास त्याने आत्महत्या करण्याचा निर्धार केला. हिटलरचा आता त्याच्या सगळ्या इष्टमित्रांनी आणि अनुयायांनी त्याग केला. फक्त गोबेल्स तेवढा शेवटपर्यंत त्याच्याबरोबर राहिला. गोअरिंग बव्हेरियात पळून गेला. डॉएनिट्झ, कायटेल, जोड्ल, हिमलर, रिबेंट्रॉप, स्पीयर हे सगळे विविध वाटांनी श्लेसविग् हॉल्स्टेनला येऊन राहिले. तेथे ते फ्यूररच्या मृत्यूच्या बातमीची वाट पाहत होते. ते सगळे हिटलरला सोडून गेले होते खरे; परंतु शेवटपर्यंत त्यांच्यावर त्याची हुकमत होती. तो जिवंत असेपर्यंत त्याच्या हातातील राज्याधिकार काढून घेण्याचे त्यांना धाडस झाले नव्हते; कारण ते सगळे पंगू होते, थोटे होते, सांगकामे होते. हिटलरने त्यांची स्वयंप्रज्ञा नष्ट करून टाकली होती. त्याच्या नेतृत्वाशिवाय स्वतंत्र हालचाल करण्याचे धाडस त्यांच्यामध्ये नव्हते; पण असे असूनदेखील त्यांना हिटलर अथवा जर्मन यांच्या भवितव्याची काळजी वाटत नव्हती. त्यांना काळजी वाटत होती ती हिटलरच्या गादीची. त्या वारसा हक्कासाठी गोअरिंग आणि हिमलर हे दोघे उमेदवार म्हणून उभे होते. १९४१मध्ये हिटलरने जाहीर केले होते की, आपल्यामागून गोअरिंग अधिकारावर येईल. तेव्हापासून गोअरिंग स्वतःला भावी फ्यूरर म्हणून समजत होता. त्याने ता. २१ एप्रिलला हिटलरला पुढील तार केली : '१९४१च्या २९ जूनच्या हुकुमान्वये आपण माझी आपला प्रतिनिधी म्हणून नेमणूक केली आहे, तरी मी बर्लिनच्या बालेकिल्ल्यात जाऊन ('राईशची') सूत्रे हातात घेऊ का? आणि तसे झाल्यास मला जर्मनीत आणि जर्मनीबाहेर स्वतंत्रपणे सूत्रे हलविण्याचे स्वातंत्र्य राहील का?'

गोअरिंगची तार मिळताच हिटलरच्या तळपायाची आग एकदम मस्तकाला जाऊन भिडली. 'एकूण त्याला वारसाहक्क हवा आहे तर!' हिटलर म्हणाला. त्याने त्याला दगलबाज आणि फितूर ठरविले. इतकेच नव्हे, तर त्याला अटक करण्याचाही हुकूम त्याने काढण्याचे ठरविले

होते म्हणतात; पण गोअरिंगने हिटलरचा कोणताच अपराध केला नव्हता. त्याने केलेली विनंती सद्भावनेने केली होती. त्यातून वैयक्तिक निष्ठेचा भंग होत नव्हता.

पण हिमलर हा मात्र खरा गुन्हेगार होता. तो हिटलरची गादी बळकावण्याची महत्त्वाकांक्षा पुष्कळ दिवसांपासून मनात बाळगून होता. ता. २४ एप्रिलला त्याने स्वीडिश रेड क्रॉसचे प्रमुख कौंट बर्नाडोट यांच्यामार्फत दोस्तांकडे शरणागतीच्या वाटाघाटी करण्याचा प्रस्ताव धाडला होता. तो अँग्लो अमेरिकनांना शरण जाण्यास तयार होता; पण त्यांनी त्याला रशियाशी युद्ध चालू ठेवण्यास संमती द्यायला हवी होती. तो प्रस्ताव अँग्लो-अमेरिकनांनी फेटाळून लावला. ता. २९ एप्रिलला चर्चिलनी जाहीर केले की, जर्मनीने तिन्हीही राष्ट्रांना बिनशर्त शरण गेले पाहिजे, तरच ती शरणागती स्वीकारली जाईल. हिमलरने दोस्तांशी तहाच्या वाटाघाटी सुरू केल्याचे कळताच हिटलरला धक्काच बसला. हिटलर त्याला फार मानीत असे. तो त्याला 'सच्चा हेन्‌रिच्' म्हणत असे; पण त्यानेही त्याला अखेर दगा दिला होता. हिटलरचा आता पुरता भ्रमनिरास झाला.

त्याच रात्री हिटलरने आपले राजकीय मृत्युपत्र तयार केले. त्या मृत्युपत्रात त्याने युद्धाची सगळी जबाबदारी इंग्लंडचा राज्यकारभार हाकणाऱ्या एका विशिष्ट 'कंपू'च्या माथी मारली आहे. त्या कंपूला तो 'आंतरराष्ट्रीय ज्यू भांडवलवाल्यांचे हस्तक' म्हणून संबोधतो. तो म्हणतो : ''शतके निघून जातील; परंतु आमच्या शहरांच्या आणि राष्ट्रीय स्मारकांच्या उद्ध्वस्त अवशेषांतून युद्धास जबाबदार असलेल्या लोकांविरुद्ध द्वेषाचे अंगार फुलतील. आमच्या सैनिकांच्या आणि माझ्या सहकाऱ्यांच्या बलिदानातून एके दिवशी या भूमीत राष्ट्रीय समाजवादी चळवळीचा नवीन जन्म होईल व त्यातून मग प्रबल असे नवीन जर्मन राष्ट्र उदयास येईल.''

''रक्ताच्या शेवटच्या थेंबापर्यंत आपल्या पितृभूमीचे रक्षण करा'' असे हिटलरने जर्मन जनतेला आवाहन केले. त्याने गोअरिंग आणि हिमलर या दोघांची नाझी पक्षातून हकालपट्टी केली व आपला वारसदार म्हणून दर्यासारंग डॉएनित्झ यांची नेमणूक केली.

ते राजकीय मृत्युपत्र तयार केल्यावर त्याने आणखी एक कामगिरी

पार पाडली. ता. २९ एप्रिलला त्याने गोबेल्स आणि बोरमन या दोघांसमक्ष आपली प्रेयसी इव्हा ब्राऊन हिच्याशी विवाह केला. सतत बारा वर्षांपासून इव्हा हिटलरच्या सान्निध्यात होती. त्याच्या जीवनात तिला अनन्यसाधारण स्थान होते. त्या दोघांचे प्रेम महशूर आहे. इव्हा हिटलरशी शेवटच्या क्षणापर्यंत एकनिष्ठ राहिली. तो इमानीपणा खरोखरच हृदयस्पर्शी होता. हिटलरने आपल्या मृत्यूच्या शेवटच्या क्षणी इव्हाशी विवाह केला तो तिच्या इमानीपणामुळेच. ती आपली धर्मपत्नी व्हावी असे त्याला वाटले. अर्थात विवाहापूर्वी त्या दोघांनी आपल्या भवितव्यासंबंधी निर्णय घेतला असण्याची शक्यता आहे.

ता. ३० एप्रिलला दुपारी रशियन रणगाड्यांनी जर्मन फौजांचा शेवटचा प्रतिकार मोडून काढून बर्लिनमध्ये प्रवेश केला. बर्लिनच्या पाडावानंतर आपण जिवंत राहणार नाही असे हिटलरने अगोदर जाहीर केले होते. त्या निश्चयाप्रमाणे त्याने आपल्या विवाहानंतर छत्तीस तासांनी इव्हासह आत्महत्या केली. त्याच्या मृत्युपत्राप्रमाणे त्या दोघांच्या प्रेतांचे 'चान्सेलरी'च्या उद्यानात दहन करण्यात आले. आणि अशा रीतीने त्या दोघांचा मागे यत्किंचितही मागमूस राहिला नाही.

❖

१६.

जपानचा पराभव

जर्मनीचा पराभव झाला तरी जपानने शस्त्रे खाली ठेवली नाहीत. तो तसाच लढत राहिला; पण त्याचे भवितव्य आता ठरलेले होते. तो फार तर वर्ष दीड वर्ष टिकाव धरील असा दोस्तांचा अंदाज होता व त्याप्रमाणे त्यांनी त्याच्याशी लढण्याची तयारी केली होती. लॉर्ड व्हावेल हे आग्नेय आशियातील ब्रिटिश फौजांचे सरसेनापती होते; पण ते हिंदुस्थानचे व्हाइसरॉय झाल्याने त्यांच्या जागी ॲडमिरल लॉर्ड लुई माउंटबॅटन यांची सरसेनापती म्हणून नेमणूक झाली होती. अमेरिकेने तर पॅसिफिक महासागरातील काही बेटांवर चढाई सुरू केली होती व

जपानी फौजांचा पराभव करण्यास प्रारंभ केला होता. ब्रिटिश फौजांनीही आता चढाईस सुरुवात केली. ब्रह्मदेश घेतल्यावर जपानी फौजांनी इंफाळमार्गे हिंदुस्थानवर स्वारी करण्याचा प्रयत्न केला होता. या फौजांना, नेताजी सुभाषचंद्र बोस यांनी निर्माण केलेल्या आझाद हिंद फौजेचे साहाय्य होते; पण या स्वारीचा बोजवारा उडाला. या मोहिमेत जपानचे जवळजवळ पासष्ट हजार सैन्य कामास आले. एका इंफाळच्या लढाईतच त्यांचे तेरा हजार सैन्य ठार झाले व बाकीचे माघारीमध्ये उपासमारीने, रोगराईने अथवा अन्य कारणाने नष्ट झाले. जपानला हिंदुस्थानच्या स्वारीची मोहीम फारच महागात पडली. इंफाळच्या विजयानंतर ब्रिटिशांनी चढाईस सुरुवात केली. या चढाईत ब्रिटिश-हिंदी पंधराव्या सेनेने भाग घेतला. तिचे आधिपत्य जनरल स्लिम यांजकडे होते. या सैन्याने प्रथम उखरूलच्या आजूबाजूचा प्रदेश जपान्यांपासून मुक्त केला व मग १९४४च्या जुलैअखेर जपान्यांचा चिंदबिनपर्यंत पाठलाग केला. या सैन्याला रस्त्यात सगळीकडे जपानी सैनिकांची प्रेते, तोफा, बंदुका आणि इतर सामान पडलेले आढळले. त्यावरून जपानी फौजांची वाताहात कशी झाली ते सिद्ध झाले. ब्रह्मदेश पुनरपि काबीज करण्याच्या मोहिमेत ब्रिटिश लष्करातील हिंदी सैन्याने मोठाच पराक्रम गाजविला.

मात्र आराकानमध्ये ब्रिटिश-हिंदी फौजांना चांगलाच प्रतिकार झाला. त्याचे कारण हे की, हा प्रदेश जंगलमय आणि पहाडी होता. याच्या उलट उत्तर आघाडीवर जनरल स्टिलवेल यांच्या फौजांनी चांगलीच प्रगती केली. ता. ३ ऑगस्टला त्यांच्या सैन्याने मिट्‌किनिया काबीज केले. या प्रदेशात ब्रिटिशांनी चीनला जोडणारा रस्ता तयार केला व कलकत्त्यापर्यंत सातशे पन्नास मैलांची पाईपलाईन टाकली. जगातील ही इराक-हैफानंतरची दुसरी मोठी पाईपलाईन होती.

स्टिलवेलच्या सैन्यात पाच चिनी तुकड्या लढत होत्या. त्यांचे त्यांनी दोन सेनाविभाग निर्माण केले. त्या सैन्यासह त्यांनी ऑगस्टच्या सुरुवातीला इरावती नदी ओलांडण्यासाठी चाल केली. त्यांच्या पूर्वेच्या बगलेस चीनची एक लक्ष शिपायांची 'युनान' सेना होती. त्या सेनेशी त्यांना हातमिळवणी करायची होती. ही सेना साल्विन नदीवरून नामखानवर चाल करून येत होती.

आराकानच्या चढाईस डिसेंबरच्या १२ तारखेस सुरुवात झाली व

त्या महिनाअखेर ब्रिटिशांनी अक्याब बेट अलग पाडणारी खाडी गाठली. तिथून हे सैन्य समुद्रमार्गे हल्ला करणार होते; पण ता. २ जानेवारीस अशी बातमी आली की, त्या भागात जपान्यांचा मागमूस दिसत नाही. ती घटना मोठी विलक्षण होती; कारण त्या भागात सतत तीन वर्षांपर्यंत उभय पक्षांच्या अनेक लढाया झाल्या होत्या. त्या दरम्यान फिलिपाईन बेटांमध्ये लेईटच्या उपसागरात एक मोठी आरमारी लढाई होऊन तीत जपानी आरमाराचा पराभव झाला. या लढाईने फिलिपाईन बेटांतील जपानी फौजांचे भवितव्य निश्चित झाले. या आरमारी लढाईत जपानच्या तीन बॅटलशिप्स, एक मोठी विमानवाहू नौका, तीन छोट्या विमानवाहू नौका, सहा मोठे क्रूझर, चार छोटे क्रूझर, नऊ विनाशिका आणि एक पाणबुडी मिळून सत्तावीस युद्धनौका बुडाल्या.

अमेरिकेची हानी अगदीच क्षुल्लक होती. अमेरिकेची एक लहान विमानवाहू नौका, दोन संरक्षक नौका, तीन विनाशिका आणि एक पाणबुडी बुडाली.

जपानी आरमाराचा अशा रीतीने काटा काढल्याने अमेरिकन फौजांना फिलिपाईन बेटांमध्ये मोठ्या प्रमाणात सैन्य उतरविणे सोपे गेले. १९४४च्या नोव्हेंबर महिन्यात अडीच लक्ष अमेरिकन सैन्य लेईटमध्ये उतरले. डिसेंबरच्या मध्यास तिथला जपानी प्रतिकार मोडकळीस आला. पॅसिफिक युद्धक्षेत्रातील अमेरिकन सरसेनापती जनरल मॅक्आर्थर हे मिंदोरो बेटात उतरले. तेथे त्यांना यत्किंचितही प्रतिकार झाला नाही. १९४५च्या ९ जानेवारीस लिंगाएन उपसागरात चार तुकड्या उतरल्या. तीन वर्षांपूर्वी याच ठिकाणी जपाननेही मोठ्या प्रमाणात सैन्य उतरविले होते. जपानी फौजांनी अमेरिकन फौजांना त्यांच्या मानिला शहराच्या चढाईमध्ये चांगलाच प्रतिकार केला; पण पश्चिम किनाऱ्यावर दोन ठिकाणी आणखी अमेरिकन सैन्य उतरले व त्याने मानिला शहरास वेढा दिला. मानिला मार्चअखेर पडले. त्या लढाईत सोळा हजार जपानी सैनिक ठार झाले. आता सगळीकडे जपानची हाराकिरी विमाने दिसू लागली. या विमानांनी अमेरिकन नौकांची मोठीच हानी केली.

ब्रह्मदेशाची मुक्तता

ब्रह्मदेशाच्या मुक्ती मोहिमेतील निर्णायक लढाईस इरावती नदीच्या पलीकडे १९४५च्या फेब्रुवारी महिन्यात सुरुवात झाली. ब्रिटिश सरसेनापती दर्यासारंग माउंटबॅटन यांची पावसाळा सुरू होण्यापूर्वीच रंगून काबीज करण्याची योजना होती. ता. १२ फेब्रुवारीस विसाव्या तुकडीने मंडालेच्या पश्चिमेस इरावती नदी ओलांडली. सतत पंधरा दिवसांपर्यंत या तुकडीला जपान्यांशी तुंबळ संग्राम करावा लागला. नंतर या तुकडीला दुसरी ब्रिटिश तुकडी येऊन मिळाली. जपानी सेनाधिकाऱ्यांची अशी समजूत झाली की, ज्या अर्थी ब्रिटिशांनी दोन तुकड्या गोळा केल्या आहेत, त्या अर्थी त्यांचा एक मोठी चढाई करण्याचा विचार असावा, म्हणून त्यांनी त्या ठिकाणी मोठी कुमक आणली. आपल्या बगलेवर हल्ला होणार आहे हे त्यांना माहीत नव्हते व म्हणून त्यांनी एक तुकडी सयामला पाठवून दिली होती. जनरल स्लिमना तेच हवे होते. ता. १३ फेब्रुवारीस सातव्या तुकडीने इरावती नदी ओलांडली व पोकोखूच्या दक्षिणेस त्यांनी एक पूल बांधला. या पुलावरून ता. २१ला दोन यांत्रिक ब्रिगेड्सनी आणि एका टँक ब्रिगेडने इरावती नदी पार केली. ता. २८ला या सैन्याने मेइटकिला गाठले. तेथे जपानचे एक मोठे लष्करी केंद्र होते. सुमारे एक आठवड्याच्या घनघोर लढाईनंतर मेइटकिला ब्रिटिशांच्या हाती पडले. त्या लढाईत पाच हजार जपानी सैनिक ठार आणि जखमी झाले. या लष्करी डावाचे जपानच्या सरसेनापतीनेदेखील कौतुक केले.

ज्या वेळी मेइटकिलची लढाई सुरू झाली, त्याच वेळी मंडालेचीही लढाई सुरू झाली. मंडालेच्या लढाईत जपानी सैन्याने मोठाच पराक्रम गाजविला. फोर्ट डफरीनचे भरभक्कम तट सामान्य तोफांच्या गोलंदाजीला दाद देत नव्हते. शेवटी दोन हजार पौंडी बॉम्ब्स टाकून एका तटास खिंडार पाडण्यात आले. ता. २० मार्चला जपान्यांनी पळ काढला.

ता. २ मे रोजी दोस्तांनी रंगूनमध्ये सैन्य उतरविले. तत्पूर्वी, दोन दिवस अगोदर दोस्त विमानांनी त्या शहरातील शिबंदीवर भयंकर बॉम्बहल्ले चढविले होते. ता. १ मे रोजी एक छत्रीधारी बटॅलियन जपानी सैनिकांमध्ये उतरली व तिने कालवा ताब्यात घेऊन पाणसुरुंग

काढण्याचे काम सुरू केले. ता. २२ला सव्विसावी तुकडी घेऊन जहाजे नदीच्या मुखावर येऊन गोळा झाली. त्यांना दोनशे चोवीस विमानांचे संरक्षण होते. एक मॉस्किटो विमान रंगूनवर टेहळणीकरिता पाठविण्यात आले. त्याला शत्रूचा मागमूस आढळून आला नाही. ते विमान रंगूनच्या विमानतळावर उतरले. नागरिकांनी वैमानिकांचे स्वागत केले. त्यांच्याकडून त्यांना कळले की, दोस्त सैन्याची जलमार्गे स्वारी होण्याची शक्यता नसल्याचे जपान्यांना वाटल्याने रंगूनची शिबंदी त्यांनी पेगू लढविण्यासाठी पाठविली आहे.

त्या दुपारी रंगूनमध्ये तुफान पाऊस पडला व अख्खे शहर जलमय झाले. रंगूनमध्ये उतरलेले दोस्त सैन्य लगेच पेगू आणि प्रोम या दोन्ही शहरांकडे रवाना झाले. या वेढ्यात सहस्रावधी जपानी सैनिक सापडले. तदनंतरच्या तीन महिन्यांत पुष्कळ जपानी सैनिक वेढ्यातून पूर्वेकडे निसटण्याचा प्रयत्न करीत असताना ठार झाले.

अशा रीतीने ब्रह्मदेशाच्या मुक्तीची ही प्रदीर्घ मोहीम समाप्त झाली.

अणुबॉम्बने केलेली अखेर

ब्रह्मदेशाप्रमाणेच ओकिनावा बेटातही अमेरिकनांना समुद्रातून मोठ्या प्रमाणात सैन्य उतरवावे लागले; पण ब्रह्मदेशाच्या मोहिमेपेक्षा ती मोहीम दीर्घकालीन आणि पॅसिफिक महासागरातील लढाईतील सर्वांत मोठी मोहीम ठरली. रंगूनमध्ये ब्रिटिशांनी समुद्रमार्गे एकच तुकडी उतरविली होती; पण ओकिनावामध्ये अमेरिकेला चार तुकड्या उतरवाव्या लागल्या. ती बेटे खडकाळ असल्याने जपानी फौजांना नैसर्गिक संरक्षण मिळाले होते. त्यांनी अमेरिकन फौजांना प्राण पणास लावून प्रतिकार केला. सुमारे एक लक्ष सैनिक जिवावर उदार होऊन लढले. सैन्याप्रमाणेच जपानी आरमारानेही अमेरिकन युद्धनौकांवर हल्ले चढविले; पण त्यांना पिटाळून लावण्यात आले. त्याचप्रमाणे 'हाराकिरी' विमानांकडूनही अमेरिकन आरमारावर अविरत हल्ले झाले. ओकिनावा पडेपर्यंत एकोणीसशे हाराकिरी विमानांचे हल्ले झाले. त्या विमानांशिवाय इतर विमानांचेही हल्ले चालू होते. सुमारे तीन महिन्यांच्या लढाईनंतर ता. २२ जूनला ओकिनावा पडले. या मोहिमेत चार लक्ष पंचेचाळीस हजार अमेरिकन सैनिकांनी भाग घेतला होता.

दक्षिणेकडे ईस्ट इंडीजच्या मुक्तीचीही मोहीम सुरू झाली होती. ता. १ मे रोजी नववी ऑस्ट्रेलियन तुकडी बोर्नेव बेटावर ताराकान येथे उतरली. तिला अमेरिकन आणि ऑस्ट्रेलियन आरमाराचे साहाय्य होते. ता. १ जुलैला बालिकापापन येथे सातवी ऑस्ट्रेलियन तुकडी उतरली; पण या युद्धाकडे अतिपूर्वेकडील घनघोर युद्धामुळे जगाचे लक्ष गेले नाही.

पॅसिफिक महासागरातील बेटांचा मुक्तिसंग्राम चालू असतानाच दोस्त विमानांनी जपानच्या मुख्य बेटांवर प्रचंड बॉम्बहल्ले चढविण्याचे सत्र चालू ठेवले होते; पण तरीही जपानच्या शरणागतीची चिन्हे दिसत नव्हती.

जुलै महिन्यात बर्लिन शहरात दोस्त नेत्यांची पॉट्सडॅम परिषद भरली असता तीत जपानला बिनशर्त शरण येण्याचा निर्वाणीचा खलिता पाठविण्यात आला. त्या खलित्यावर अमेरिकेचे अध्यक्ष प्रे. ट्रुमन, चँग-कै-शैक व श्री. चर्चिल यांच्या सह्या होत्या. तो खलिता जपानमधील लष्करशाहीने फेटाळून लावला. त्यांना बिचाऱ्यांना आपल्यासमोर कोणते ताट वाढून ठेवले आहे त्याची कल्पना नव्हती!

अमेरिकेने अणुबॉम्बनिर्मिती केली होती व त्यातील एक बॉम्ब हिरोशिमा आणि दुसरा नागासाकी या दोन्ही शहरांवर टाकण्याचे ठरविले होते. त्या बॉम्बच्या हल्ल्यात भयंकर प्राणहानी होणार होती. म्हणून ता. २७ जुलैला जपानी नागरिकांना शहरे खाली करण्याचा अमेरिकेने पत्रके टाकून इशारा दिला. अर्थात त्यांच्यावर अणुबॉम्ब टाकण्यात येणार आहे, असे त्या पत्रकात म्हटले नव्हते. फक्त बॉम्ब-हल्ल्यांची तीव्रता वाढविण्यात येणार आहे, असे म्हटले होते.

ता. ९ ऑगस्टला हिरोशिमा शहरावर अणुबॉम्ब टाकण्यात आला आणि दुसऱ्याच दिवशी नागासाकीवर दुसरा अणुबॉम्ब पडला. ते बॉम्ब म्हणजे अशनिपातच होता. जपानी लष्करशाही आता हतबुद्ध झाली व तिने बिनशर्त शरणागती पत्करली.

अशा रीतीने सहा वर्षांचे, इतिहासात कधी न झालेले जगड्व्याळ महायुद्ध हिरोशिमा व नागासाकी या दोन्ही जपानी शहरांचा बळी घेऊन समाप्त झाले.

❖